പെൺമോണോലോഗുകൾ

(കവിതകൾ)

മീരാബെൻ

VB

VAYANAPPURA

penmonologukal
(Malayalam Poems)
by **Meeraben**

Vayanappura Publications, Ernakulam
Published On : October 2021
Cover Setting : C V Harindran
Cover Design: Padmaraj K S
Illustrations: Sudhi Anna
Page Layout : Siva S Nair
Published by: Vayanappura Publications
Anathanam Studios, Old Railway Station
Cross Road, Ernakulam
Pin: 682018
Mob: 9074188300
e-mail: vayanappuraeditorial@gmail.com
web address: www.vayanappurabooks.com

ISBN: 9789390999538

മീരാബെൻ

കോട്ടയം ജില്ലയിലെ വൈക്കം, ചെമ്പിൽ എ.വി. വാസന്തിയുടെയും പി.എം. മോഹനന്റെയും മകളായി ജനനം. ഉദയനാപുരം ഗവ.യു.പി.സ്കൂൾ അദ്ധ്യാപിക. ആദ്യത്തെ കവിതാസമാഹാരമാണിത്. എം.കെ. കുമാരൻ സ്മാരക പുരസ്കാരം (2018), ബി. ഹൃദയകുമാരി പുരസ്കാരം (2017-2018), യുവകലാസാഹിതി കവിതാപുരസ്കാരം (2018) എന്നിവ ലഭിച്ചിട്ടുണ്ട്. ഭർത്താവ് കെ. എസ്. പത്മരാജ് പരസ്യക്കമ്പനിയിൽ ഗ്രാഫിക് ഡിസൈനറാണ്. മക്കൾ: ഡോ. ഋഷികേശ്, കൃഷ്ണനുണ്ണി (ആർക്കിടെക്റ്റ്)

വിലാസം : പുത്തൻപുരയ്ക്കൽ, ചെമ്പ് . പി.ഓ,
വൈക്കം,
കോട്ടയം ജില്ല.
പിൻകോഡ് - 686608

e.mail : meerabenpm@gmail.com

ആമുഖം

എനിക്കു പറയാനുള്ളത്...

സൃഷ്ടി എന്നാൽ ജനനം കൂടിയാണല്ലോ. ഓരോ കവിതയിലൂടെയും ഞാൻ പുനർജനിച്ചുകൊണ്ടിരിക്കുന്നു. കാഴ്ച കൂടുതൽ തെളിയുന്നതായും കേൾവി സ്ഫുടമാകുന്നതായും പേശികൾ അയയുന്നതായും എന്നാൽ ചങ്ങലകൾ പൊട്ടിപ്പോകുന്നതായും അനുഭവപ്പെടുന്നു. ഇടിവെട്ടുമ്പോൾ വിടരുന്ന പൂക്കൾ പോലെ ഞെട്ടിവിടർന്നുപോയതാണവ. അതുകൊണ്ടാവാം ചിലപ്പോഴൊക്കെ പ്രഹരശേഷി ഒട്ടുമില്ലാതെ, വിധേയഭാവത്തിൽ മയപ്പെട്ടുപോയതും. കവിതകളിൽ ബിംബകല്പനകളെ കൂടുതലായി ആശ്രയിച്ചിട്ടുണ്ടെന്നത്, വിനിമയത്തിനുവേണ്ടി മാത്രമാണ്. അതൊരു അപനിർമ്മാണമായി കരുതരുതെന്നപേക്ഷ. സാമ്പ്രദായികരീതിയിലുള്ളതല്ലാത്ത ചില വിഷയങ്ങളെടുത്തെഴുതാനുള്ള ശ്രമം ആത്മവിശ്വാസമുണ്ടാക്കിയിട്ടുണ്ടെന്നത് സത്യം.! എങ്കിലും അപരരിലേയ്ക്കുനീളുന്ന ഒരു നോട്ടം എന്റെ എല്ലാ കവിതകളിലുമുണ്ട് എന്നാണുവിശ്വാസം. എന്റെ സ്നേഹമാണത്.

ഒപ്പം നിന്നവരെക്കുറിച്ച്...

ഈ പുസ്തകത്തിനു പ്രേരണയായി നിന്നവരെ ഒരിക്കലും മറക്കാൻ പാടില്ല, കഴിയില്ല. കൂടുതൽ എഴുതാനും അത് പ്രസിദ്ധീകരണങ്ങൾക്ക് അയയ്ക്കാനും പുസ്തകമാക്കാനും പറഞ്ഞ് നിരന്തരമായി പ്രോത്സാഹിപ്പിച്ചുകൊണ്ടിരിക്കുന്ന ഗുരുതുല്യരായ പ്രിയകവി രാജൻ കൈലാസ് മാഷ്, പ്രിയപ്പെട്ട സിവിക് മാഷ്, പ്രിയ എഴുത്തുകാരായ ദിനേശൻ കരിപ്പള്ളി സർ, പ്രദീപ് രാമനാട്ടുകര, പുസ്തകമാക്കണം എന്ന വിചാരം മനസ്സിൽ തിരുകിവച്ചുതന്ന പ്രിയപ്പെട്ട എഴുത്തുകാരി തനൂജച്ചേച്ചി, എന്റെ പ്രിയ ബന്ധുക്കളായ പ്രവീൺ ചേട്ടൻ, ഡോ. അജയകുമാർ എന്ന അജയൻ ചേട്ടൻ, പ്രിയ കൂട്ടുകാരി ഞങ്ങളുടെ ഹെഡ്മിസ്ട്രസ്സ് സീനത്ത് ബീവി, പ്രിയപ്പെട്ട സഹപ്രവർത്തകർ, ചങ്ങാതി

മാർ, കുടുംബാംഗങ്ങൾ, എന്റെ മക്കൾ കണ്ണൻ, കുഞ്ഞാണ്ടൻ, വായനപ്പുരയിൽ എന്റെ അക്ഷരങ്ങളെ അണിയിച്ചൊരുക്കുന്ന പോൾസൺ, മനോഹരമായ മുഖചിത്രമെഴുതിത്തന്ന് പുസ്തകത്തെ സ്നേഹിച്ച എന്റെ പ്രിയ ഭർത്താവ് പപ്പുച്ചേട്ടൻ, ഉൾച്ചിത്രങ്ങളെഴുതിയ പ്രിയ സ്നേഹിതൻ സുധി അന്ന, ഗംഭീരമായി വായനക്കുറിപ്പെഴുതി കവിതകളെ ഉയർത്തിയ പ്രിയ ചങ്ങാതി അജിത്ത് പച്ചനാടൻ, ഉൾക്കുറിപ്പിനാൽ കവിതയുടെ ആത്മാവ് കണ്ടെത്തിയ പ്രിയൻ എം. എസ് ബനേഷ്, ഏറ്റവും വിശേഷപ്പെട്ട കൈകൾകൊണ്ട് എന്നെയും എന്റെ കവിതാ സമാഹാരത്തേയും അനുഗ്രഹിച്ച് ധന്യമാക്കിയ മലയാള ഭാഷയിലെ മനുഷ്യസ്നേഹിയായ വലിയ എഴുത്തുകാരൻ പ്രിയപ്പെട്ട എം. കെ സാനുമാഷ്!

എല്ലാവരോടും നിറഞ്ഞ സ്നേഹത്തോടെ,

മീരാബെൻ

അവതാരിക

കവിതയുടെ മാന്ത്രികത്താക്കോൽ

പ്രൊഫ. എം. കെ. സാനു

വർത്തമാനകാലത്തെക്കുറിച്ചാലോചിക്കുമ്പോൾ പത്തൊൻപതാം നൂറ്റാണ്ടിന്റെ ഉത്തരാർദ്ധത്തിൽ പ്രകാശിതമായ ഒരു ജർമ്മൻ നാടകത്തെക്കുറിച്ചാണ് ഞാനോർത്തുപോകുന്നത്. അതിലെ മുഖ്യകഥാപാത്രം ഒരു വൃദ്ധനാണ്. ചുറ്റും കാണുന്ന യാഥാർത്ഥ്യങ്ങളുമായി അദ്ദേഹത്തിന് പൊരുത്തപ്പെടാൻ സാധിക്കുന്നില്ല. സമൂഹത്തിൽ അത്രയധികം മാറ്റങ്ങളുണ്ടായിരുന്നു. ജീവിതശൈലിയിൽ, ഭക്ഷണക്രമത്തിൽ, വസ്ത്രധാരണരീതിയിൽ എന്നുവേണ്ട, സദാചാരത്തിൽപോലും തനിക്കംഗീകരിക്കാനോ മനസ്സിലാക്കാനോ കഴിയാത്ത മാറ്റങ്ങൾ അദ്ദേഹം കാണുന്നു. നാടകമവസാനിക്കുമ്പോൾ ആ കഥാപാത്രം പറയുന്നു, 'ലോകം എനിക്കു മനസ്സിലാക്കാൻ കഴിയാത്തിടത്തോളം മാറിപ്പോയിരിക്കുന്നു.'

പഴയതലമുറക്കാരനായ എന്റെ അവസ്ഥയും ഇതുതന്നെയാണ്. സൈബർയുഗത്തിലേയ്ക്ക് ഞാനിനിയും കടന്നിട്ടില്ല. കടക്കാൻ കഴിയുമെന്ന് തോന്നുന്നുമില്ല. ഈ പുതിയ യുഗം അപരിചിതങ്ങളും വിചിത്രങ്ങളുമായ കാഴ്ചകൾ നിറഞ്ഞതാണ്. അവയുടെ അന്തഃസാരം മനസ്സിലാക്കാൻ എനിക്കുകഴിയുന്നില്ല. പലപ്പോഴും അവ, അത്യന്തം വിചിത്രമായി എന്റെ നോട്ടത്തിൽ കാണപ്പെടുകയും ചെയ്യുന്നു.

സൈബർയുഗത്തിലെ സാഹിത്യത്തെക്കുറിച്ചും ഇപ്രകാരമാണ്, എനിക്കനുഭവപ്പെടുന്നത്. പ്രത്യേകിച്ചും പുതിയ സാഹിത്യത്തിലെ ശൈലീവിശേഷം പലപ്പോഴും എന്റെ കണ്ണുമിഴിപ്പിക്കുന്നു. എങ്കിലും സാവധാനത്തിൽ പലതുമായും ഞാൻ പൊരുത്തപ്പെട്ടുവരുന്നു. നോവൽ, ചെറുകഥ, നാടകം മുതലായ ശാഖകൾ അപരിചിതമായി ഇപ്പോൾ അനുഭവപ്പെടുന്നില്ല. എന്നാൽ കവിതയുടെ കാര്യത്തിൽ ആ അപരിചിതത്വം പൂർണമായി മാറിയിട്ടുമില്ല.

എഴുത്തച്ഛനും ഉണ്ണായിവാര്യരും കുമാരനാശാനും വള്ളത്തോളും മറ്റുമാണ് ആസ്വാദനത്തിൽ എന്റെ അഭിരുചി ചിട്ടപ്പെടുത്തിയത്. ആ അഭിരുചി ആധുനികതാപ്രസ്ഥാനത്തിൽ അമ്പരക്കാതിരുന്നിട്ടില്ല. എങ്കിലും ആ പ്രസ്ഥാനം ശരിക്കും ആസ്വദിക്കാനും ഉൾക്കൊള്ളാനും എനിക്കു കാലതാമസമുണ്ടായില്ല. എന്നാൽ സമകാലിക കവിതയുമായി അത്രത്തോളം പൊരുത്തപ്പെടാൻ എനിക്ക് കഴിഞ്ഞിട്ടില്ല. എങ്കിലും സാവധാനം പൊരുത്തപ്പെട്ടു വരുന്നുണ്ട്. പഴയ കവിതകളിൽ അന്വയം, അന്വയാർത്ഥം എന്നീ പ്രക്രിയകളിലൂടെയാണ് ആസ്വാദനം വളർന്നത്. അവയുടെ രൂപമാകട്ടെ എപ്പോഴും ഛന്ദസ്സിൽ ഒതുങ്ങിനിൽക്കുകയും ചെയ്തു. വൃത്തബദ്ധമായ കവിതകൾ ഇന്ന് കാണാനേയില്ല. അന്വയിച്ച് അർത്ഥം പറയാൻ ശ്രമിക്കുന്നത് പാഴ്വേലയാണെന്ന് ചിലപ്പോഴെങ്കിലും തോന്നിപ്പോകുന്നു. എങ്കിലും പുതിയ കവിതയിൽ നിന്ന് കവിയുടെ അനുഭൂതിവിശേഷത്തിന്റെ സ്പന്ദനം പതുക്കെപ്പതുക്കെ ഞാൻ അനുഭവിച്ചുതുടങ്ങുകയാണ്. അപ്പോൾ ഗദ്യരൂപത്തിൽ പറയുന്നതാണെങ്കിലും ഛന്ദസ്സില്ലെങ്കിലും കവിയുടെ ആത്മാവിന് വാക്കുകളിലൂടെ സ്വയം പ്രകാശിക്കാൻ സാധിക്കുന്നുണ്ടെന്ന് ഞാൻ തിരിച്ചറിയുന്നു. വാക്കുകളും അവയുടെ അർത്ഥവുമല്ല, പുതിയ കവിതയിൽ പ്രധാനം. പിന്നെയോ? ബിംബങ്ങളും അവയുടെ ചേരുവയുമാണ് പുതിയ കവിതയിലെ ആശയവിനിമയ ഉപാധികൾ. അതിന്റെ അടിസ്ഥാനത്തിൽ പല കവിതകളിലെയും ആത്മാവുമായി എനിക്ക് സംവദിക്കാൻ കഴിയുന്നുണ്ട്.

ശ്രീമതി. മീരാബെൻ രചിച്ച കവിതകളുടെ സമാഹാരമാണ് ഇവിടെ ഞാൻ അവതരിപ്പിക്കുന്ന 'പെൺമോണോലോഗുകൾ' എന്ന കൃതി. പഴയ രൂപത്തിലുള്ള ചില കവിതകൾ ഒഴിച്ചു നിർത്തിയാൽ കൂടുതൽ കവിതകളും ബിംബപ്രധാനമാണ്. വൃത്തമെവിടെ, അലങ്കാരമെവിടെ എന്നീ ചോദ്യങ്ങൾക്ക് ഇവിടെ സ്ഥാനമില്ല, പ്രസക്തിയില്ല. കവിയുടെ അന്തരാത്മാവുമായി സംവദിക്കാൻ കഴിയുന്നുണ്ടോ എന്നൊരു ചോദ്യത്തിനുമാത്രമേ ഇവിടെ സ്ഥാനമുള്ളൂ. ആവർത്തിച്ചു വായിക്കുന്തോറും ഇതിലെ കവിതകൾ കൂടുതൽ ഹൃദയസംവാദക്ഷമമായി തീരുന്നുണ്ട് എന്നതാണ് എന്റെ മറുപടി.

ഇതിലെ ഒരു കവിത ഞാൻ ദൃഷ്ടാന്തമായി എടുക്കുന്നു. 'കാവ്യനീതി' എന്നതാണ് കവിതയുടെ ശീർഷകം. 'സന്ധ്യാനേരം'

എന്ന പ്രയോഗത്തോടെയാണ് കവിതയുടെ പ്രാരംഭം. അവസാനിക്കുന്നത് 'ശിലാകാലം' എന്ന പ്രയോഗത്തിലുമാണ്. രണ്ടിന്റേയുമിടയ്ക്ക് 'ഉറുമ്പുകളുടെ കൂട്ടക്ഷരങ്ങൾ, ശലഭനൃത്തങ്ങളെ തോളിലേറ്റിയുള്ള കവിതയുടെ പൂച്ചനടത്തം' ഇപ്രകാരം അനേകം കാവ്യകൽപ്പനകളാണുള്ളത്. ആ കല്പനകൾ സംഗീതത്തിലെ നാദഭേദങ്ങൾപോലെ കവിതയുടെ സമഗ്രശില്പത്തിൽ അലിഞ്ഞുചേർന്നിരിക്കുകയും ചെയ്യുന്നു. കാവ്യകൽപ്പനകളിൽ ചില വൈരുദ്ധ്യങ്ങൾ ദർശിക്കുന്നുണ്ട് എന്നു തോന്നിയേക്കാം. പക്ഷേ അതു നമ്മുടെ കാലഘട്ടത്തിലെ വൈരുദ്ധ്യങ്ങളെയാണ് അഭിവ്യഞ്ജിപ്പിക്കുന്നത്. ഇപ്രകാരം വൈരുദ്ധ്യങ്ങളെ സമന്വയിപ്പിക്കുന്ന ഒരു കവിതയായി 'കാവ്യനീതി' രൂപം പ്രാപിച്ചിരിക്കുന്നു. വൈരുദ്ധ്യങ്ങൾ പുതുയുഗത്തിന്റെ വൈരുദ്ധ്യാത്മകമായ സ്വഭാവമല്ലാതെ മറ്റൊന്നുമല്ല. വൈരുദ്ധ്യമെപ്പോഴും സംഘർഷജനകമാണ്. എന്നാൽ അവ സമന്വയിക്കപ്പെടുമ്പോഴാകട്ടെ, സംഘർഷം സമന്വയത്തിനു വഴിമാറുന്നു. അതാണ് 'അത്ഭുതഗാനഗന്ധർവ്വൻ' എന്ന പ്രയോഗം ഈ കാവ്യത്തിൽ നിർവ്വഹിക്കുന്ന ഇന്ദ്രജാലം!

സമാഹാരത്തിലെ ഓരോ കവിതയെക്കുറിച്ചും ഇത്തരത്തിൽ സവിസ്തരം പ്രതിപാദിക്കേണ്ടതില്ല എന്നാണ് തോന്നുന്നത്. കവി മീരാബെൻ പറയുന്നതുപോലെ ഈ ഒരൊറ്റ കവിതയിൽ നിന്ന് ഇതരകവിതകളുടെ ആന്തരിക ചൈതന്യത്തിലേയ്ക്കു പ്രവേശിക്കാനുള്ള താക്കോൽ സഹൃദയനു ലഭിക്കുന്നുണ്ട്. ആ താക്കോൽ ഞാൻ ഇതാ വായനക്കാരെ ഏൽപ്പിക്കുന്നു. മാന്ത്രികശക്തിയുള്ള ആ താക്കോൽ ഉപയോഗിച്ച് ഓരോ കവിതയുടെയും കവാടങ്ങൾ തുറന്ന്, സ്വയം അലംകൃതമായ ആന്തരിക ഭംഗിയിലേയ്ക്ക് നിങ്ങൾ കടക്കുക. അവാച്യമായ രസം അപ്പോൾ നിങ്ങൾക്കു ലഭ്യമാകുമെന്നു തീർച്ച! ആ രസമാണ് കാവ്യത്തിന്റെ പ്രാണൻ എന്ന് ഞാൻ പ്രത്യേകം പറയേണ്ടതില്ലല്ലോ.

അത്യധികമായ സന്തോഷത്തോടു കൂടി മീരാബെൻ എന്ന കവയിത്രിയുടെ സവിശേഷമായ ഈ രചനകൾ വായനക്കാരുടെ മുമ്പാകെ സമർപ്പിക്കുന്നു.

ആസ്വാദനം

കവിതയുടെ സ്പന്ദമാപിനികളേ..

എം. എസ്. ബനേഷ്

ഉയിരിൽ നിറയെ കവിത്വമുള്ള മീരാബെന്നിന്റെ കവിതയുടെ മുമ്പിൽ 'കസേരവലിച്ചിട്ടിരിക്കാൻ' ഞാനാളല്ല. കവിത വിലയിരുത്തുന്നവരായി നടിക്കുന്നവരെക്കുറിച്ച് ഈ പുസ്തകത്തിൽ മീര എഴുതിയ കവിത തുളുമ്പുന്ന ഒരു കവിതയുണ്ട്. 'വൈകുന്നേരം വായനശാലയിൽ പരാജിതന്റെ കവിതകളുടെ ചർച്ചയുണ്ടെന്നറിഞ്ഞ്' ചെല്ലുന്ന കവയിത്രിയുടെ കാവ്യനിർഭര നിരീക്ഷണങ്ങളാണത്. പഠിച്ച് വിലയിരുത്തി വല്ലതും പറയാൻ വേണ്ടിയുള്ള കവിതാവായന ഒരു ബലാത്കാരമോ പിടിച്ചുപറിയോ ഒക്കെയായി മാറുന്നതിനെക്കുറിച്ചാണ് ആ കവിത.

പക്ഷേ, 'ഊർന്നുപോകുന്ന ട്രൗസറിട്ട കവിത സ്കൂളിലേയ്ക്കുള്ള വഴിയിലെ ഉണങ്ങിയ മരക്കുറ്റിയിലും വേരുകളിലും തട്ടി പലതവണ വീണതും വിറകായ് വെന്തതും ആരും കണ്ടില്ലെന്ന്' മീര എഴുതുന്നു. 'പെൺമോണോലോഗുകൾ' എന്നെ അവതാരികയെഴുതാനോ, നിരൂപണമെഴുതാനോ, അഭിപ്രായം പറയാനോ വേണ്ടി പോസ്റ്റ്മോർട്ടം ടേബിളിൽ കയറ്റാനുള്ളതല്ല കവിത എന്ന് തെളിയിക്കുന്നു. എഴുത്തുകാരിയെ മറന്ന് കവിതകൾ വായിച്ച് സ്വയം മറക്കുകയും സ്വയം നവീകരിക്കുകയും ചെയ്യുന്നു. വീട്, മുറ്റം, പ്രകൃതി, ജീവജാലങ്ങൾ എന്നിവയിലൂടെ ഈ കവിതകൾ ലോകമെങ്ങും സ്വാതന്ത്ര്യത്തിലേക്കുള്ള ശലഭങ്ങളെ പറത്തിവിടുന്നു. വാക്കുകളിലെ കവിതയുടെ ചൂടും ഗന്ധവും എന്നിലും പകർന്നു ഈ കവിതകൾ.

ഉറുമ്പുകളുടെ കൂട്ടക്ഷരങ്ങൾ പോലുള്ള ഈ മോണോലോഗുകൾ സമകാലിക മലയാള കവിതയിൽ കുറേക്കാലമായി എനിക്കനുഭവിക്കാൻ കഴിയാതിരുന്ന ജൈവകവിതയുടെ തനിമിടിപ്പാണ്. ഉപാധികളൊന്നുമില്ലാതെ വായിക്കാവുന്ന സ്വാഭാവിക കവിതയുടെ ഊർജ്ജമുള്ള ഈ സ്പന്ദനം എനിക്കും പ്രിയപ്പെടുന്നു.

തന്നെത്തന്നെ നോക്കിയിരിക്കാത്ത, മണ്ണിലേക്കും പ്രകൃതിയിലേക്കും ദത്തശ്രദ്ധമായ ഒരു മനസ്സിന്റെ അനുതാപപൂർണ്ണമായ കരുതലിൽ നിന്നും സ്വയമറിഞ്ഞുള്ള കുതറലിൽ നിന്നും വിരിയുന്നവയാണ് മീരാബെന്നിന്റെ കവിതകൾ. ആണഹന്തയുടെ ചാരുകസേരയിലിരുന്നല്ല, വീട്ടുമുറ്റത്തെ പച്ചമണ്ണിൽ ചമ്രംപടിഞ്ഞ് ഞാൻ ഈ കവിതകൾ അനുഭവിക്കുന്നു.

വായനക്കുറിപ്പ്

ആത്മഗതങ്ങളുടെ വിപഞ്ചിക

അജിത് എം. പച്ചനാടൻ

ആചാരങ്ങളാലും അനുഷ്ഠാനങ്ങളാലും നിർബന്ധമായും ശീലമാക്കപ്പെട്ട മൗനങ്ങളോടെയുള്ള പ്രതികരണമാണ് കവിത. അത് ആന്തരികമായി ഭാഷാപരവും ആശയപരമായും കലഹോന്മുഖമായ പ്രവൃത്തിയുമാണ്; ഒപ്പം പ്രതിരോധമുഖരിതവും. അതിജീവനവും അടയാളപ്പെടുത്തലുമായി ഏതു വിചാരവുമെന്നപോലെ അത് ഭാവിയിലെ പ്രകാശത്തിന്റെ സമഷ്ടിയെ കിനാവ് കാണുന്നു. 'പൂക്കാതിരിക്കാൻ എനിക്കാവതില്ലേ' എന്ന് അയ്യപ്പപ്പണിക്കരുടെ കണിക്കൊന്നയെപ്പോലെ അടക്കിവയ്ക്കാനാവാതെ അത് സ്വയം വെളിപ്പെടുന്നു, പൂക്കൾക്ക് അതിന്റെ സുഗന്ധം ഒളിപ്പിക്കാനാവാത്തതുപോലെ...

പുതുകാലകവിതയിൽ സ്ത്രീശബ്ദങ്ങൾ വേറിട്ടും തെളിഞ്ഞും കേൾവിപ്പെടുന്ന വലിയൊരു പെൺപ്രത്യക്ഷതയുടെ കാലമാണ്. ഈ കവിതകളിലാവട്ടെ ജനാധിപത്യത്തിന്റെ നൈതിക സൗന്ദര്യമുണ്ടുതാനും. എന്നാലതിൽ പ്രത്യക്ഷത കൊണ്ടുവരുന്ന കാലത്തെയും, ടെക്നോളജിയേയും, മുതലാളിത്തം തരുന്ന സ്വാതന്ത്ര്യത്തെയും കാണാതിരുന്നുകൂടാ.

സംസാരത്തിലെ, സംസാരത്തിന്റെ കോയ്മ ആൺപക്ഷത്തു നിക്ഷിപ്തമായിരിക്കുന്ന നിലയ്ക്ക് ഇന്നും അതിന് വലിയ മാറ്റമൊന്നും സംഭവിച്ചിട്ടില്ലല്ലോ. പുരുഷനിർമ്മിത സാഹിത്യം പുരുഷാധിപത്യമൂല്യങ്ങളെ നിലനിർത്താനും സംരക്ഷിക്കാനും മാത്രമാണ് ഉപയോഗപ്പെടുത്തുന്നത്. അത്തരം ഭാഷാവ്യവഹാരങ്ങൾ സ്ത്രീയെയും അവളുടെ പറച്ചിലിനെയും എഴുത്തിനേയും നിശ്ചിത ചതുരക്കള്ളിയ്ക്കുള്ളിൽ എന്നും തളച്ചിടുന്നു, അതി

നായ് ശ്രമിക്കുന്നു. ഈ തടവിനെ നാം 'മൂല്യമെന്നോ' 'പൊതു ബോധ'മെന്നോ വിളിച്ചുപോരുന്നു. എന്നാൽ, അതിൽനിന്നുള്ള കുതറലും വിമോചനവുമാണ് 'പെണ്ണെഴുത്ത്' (സച്ചിദാനന്ദൻ) എന്ന് തിരിച്ചറിഞ്ഞ് 'ഏറെ പറയാനുണ്ട്/ ആൾക്കാരെന്തുകരുതുമെന്ന സന്ദേഹം ഇപ്പോഴില്ല' എന്ന ദൃഢതയിലേയ്ക്ക് മീരാ ബെൻ എന്ന കവിയും എത്തുന്നതായി കാണാം.

ഭാഷാവ്യവഹാര സമൂഹങ്ങളിൽ നിന്നും സ്ത്രീകൾ മാറ്റിനിർത്തപ്പെട്ടിരുന്ന അവസ്ഥ ഏതൊരു ജനപഥങ്ങളിലുമെന്നപോലെ കേരളത്തിലും നിലനിന്നിരുന്നു. എന്നാൽ 19-ാം നൂറ്റാണ്ടു മുതൽ പുരുഷാധിപത്യ നിലപാടുകളോടുള്ള വിയോജിപ്പുകൾ ഉള്ളടക്കമായ സ്ത്രീ വിചാരങ്ങൾ, ധ്വനിപ്പിച്ചും തെളിച്ചുപറഞ്ഞും പ്രമേയത്തിലും പ്രയോഗത്തിലും പ്രത്യക്ഷപ്പെട്ടു. 'ഭാമ യുദ്ധം ചെയ്തു, സുഭദ്ര തേരു തെളിക്കുന്നു, വിക്റ്റോറിയ രാജ്യം ഭരിക്കുന്നു; എങ്കിൽ ചൊല്ലേറും കവിതയ്ക്ക് മാത്രം അവരാളല്ലെന്നു വന്നിടുമോ?' എന്നാണു തോട്ടയ്ക്കാട്ട് ഇക്കാവമ്മ ഉറക്കെയുറക്കെ ചോദിച്ചത്. നവോത്ഥാന പരിശ്രമങ്ങളുടെ ചെറുതല്ലാത്ത സ്വാധീനം കേരളീയ സ്ത്രീജീവിതത്തിലും ഗുണപരമായ മാറ്റമുണ്ടാക്കിയിട്ടുണ്ട്. കൈകൊട്ടിക്കളിപ്പാട്ടിലും തിരുവാതിരപ്പാട്ടിലും മാത്രം കുരുങ്ങിപ്പോയ സ്ത്രീശബ്ദങ്ങൾ സാഹിത്യമേഖലയിലും മുഴങ്ങിക്കേട്ടു. വിവാഹം സ്ത്രീകൾക്ക് തടവറയാണെന്ന് വ്യക്തമായും ഉറക്കെയും പറഞ്ഞത് കെ. സരസ്വതിയമ്മയാണ്. അവർ ഉയർത്തിയ ആശയപരമായ കലാപത്തെ പിന്നീടുവന്ന എഴുത്തുകാരികൾ ഏറെദൂരം മുന്നോട്ട് കൊണ്ടുപോയിട്ടുണ്ടെങ്കിലും 'കുടുംബപ്രാരബ്ധങ്ങൾ' അവരുടെ വരവിനെ കൂടുതൽ തടഞ്ഞു എന്നത് ഒരു വസ്തുതയാണ്. അതിൽ നിന്നുള്ള വിച്ഛേദമെന്നോണം സാറാ ജോസഫിന്റെ 'എഴുത്തുകാരികളുടെ ഉള്ളിലും' എന്ന കഥ ചേർന്നു നിൽക്കുന്നു. എഴുത്തുമുറിയില്ലായ്മയെന്ന ഇടമില്ലായ്മയെക്കുറിച്ച് വെർജിനിയ വുൾഫ് അടക്കം ഖേദിച്ചിരുന്ന കാലത്തിന്റെ തുടർച്ചയിലേയ്ക്കാണ് സോഷ്യൽ മീഡിയ അതിന്റെ അനന്തസാധ്യതകളോടെ കടന്നുവന്നത്. എന്തിലും ഏതിലും സ്ത്രീയെ തക്കം പാർത്തിരിക്കുന്ന പൊതുബോധം ചതിക്കുഴികളെ അവിടെയും കണ്ടെത്തി.

എന്നാൽ ബഹുഭൂരിപക്ഷം എഴുത്തുകാരികളും തങ്ങളുടെ എഴുത്തുമുറിയായും ന്യൂസ് റൂമുകളായും സോഷ്യൽ മീഡിയയെ കാര്യമായിത്തന്നെ ഉപയോഗിച്ചു. പത്രാധിപർ എന്ന ജ്ഞാനത്തിന്റെയും തീർപ്പിന്റെയും കാരണവർ പോലും നൈസായിട്ടു അപ്രസക്തനായി. ഏത് വികാര പ്രകടനത്തിനും സമാന ഹൃദയരുടെ പിന്തുണയും ഉണ്ടായി. ലോകത്തിന്റെ കാതിനെ ഭയന്ന് പറയാനുള്ളതും എഴുതിയതും ഗോപ്യമാക്കി വച്ചിട്ട് 'unfit' ആയ ലോകത്തുനിന്നും ഒളിച്ചോടാൻ പുതുകാലത്തെ എഴുത്തുകാരികൾ തയ്യാറായില്ല. മറ്റൊരർത്ഥത്തിൽ സോഷ്യൽ മീഡിയയുടെ കാലത്തെ നന്ദിതമാർ താന്താങ്ങളുടെ എഴുത്തുമായി സക്രിയമാണ്. എന്നാൽ അവരാരുംതന്നെ കുടുംബാന്തസ്സിന്റെ തിളക്കം വർദ്ധിപ്പിക്കാൻ മിനുക്കിയിരുത്തുന്ന അലങ്കാരപ്പാവകളല്ല താനും.

മീരാബെന്നിന്റെ കവിതകൾ വായിക്കുമ്പോൾ ഗഹനമായ വാക്കും ശബ്ദവും എത്രമേൽ അത്യന്താപേക്ഷിതമായാണ് നിർബന്ധിത നിശബ്ദതയ്ക്കുള്ളിൽ അടിച്ചമർത്തപ്പെട്ടത് എന്ന് മനസിലാക്കാം. എന്നാൽ കവി ഏകപക്ഷീയമായി സംസാരിക്കാനുമല്ല തുനിയുന്നത്. എതിരൊലികളെ ബഹുമാനപുരസ്സരം സ്വീകരിക്കാൻ തയ്യാറാണ്. പക്ഷേ, പ്രതീക്ഷകളുടെ മറുധ്രുവത്തിലാണ് അനുഭവങ്ങളത്രയും.

ശുഷ്കിച്ച സംവാദത്തെ നേരിടുന്നതിനേക്കാൾ നിശ്ശബ്ദജീവിതമാണ് കൂടുതൽ അഭികാമ്യമെന്ന് കവിതയിലെ വിചാരക്കാരികൾക്ക് അറിയാം.

ഒച്ചകൾ മരിച്ചുപോയ
ഒരുവൾക്ക്
വാക്കില്ലാതെ ജീവിക്കാൻ
എളുപ്പമാണ്.

ഒന്നുമില്ലായ്മയുടെ
എതിരൊച്ച
അറിയുകയേ വേണ്ട

'പൊട്ടിത്തങ്കമ്മ' എന്ന കവിത ആരംഭിക്കുന്നത് ഇങ്ങനെയാണ്.

മീരാബെന്നിന്റെ കവിതാ ലോകത്തേക്ക് കടക്കാൻ വായനക്കാരന് കിട്ടുന്ന താക്കോലാണ് 'ഒരു പെൺമോണോലോഗ്,' 'പൊട്ടിത്തങ്കമ്മ' എന്നീ രചനകൾ. പ്രതിലോമകരമായ സാഹചര്യങ്ങളോടുള്ള പ്രതികരണങ്ങളാണ് ഒട്ടുമിക്ക രചനകളും. അവസ്ഥകളെ തലകുത്തി നിർത്തി പ്രദർശിപ്പിക്കുന്നതാണ് കവിയ്ക്ക് ഏറ്റവും സുരക്ഷിതവും ഇഷ്ടമുള്ളതുമായ രീതി എന്നുതോന്നുന്നു. കവിതയിൽ വക്രോക്തിയെ ഫലപ്രദമായി ഉപയോഗിക്കുന്നു മീരാബെൻ. അതു മാരകമായ പരിഹാസത്തിന്റെ ആയുധമാണ് കവിക്ക്. 'മുദ്രിത താരകം' എന്ന ശീർഷകത്തിനു താഴെയുള്ള കാവ്യപാഠത്തേയ്ക്ക് നാം ഇറങ്ങുമ്പോൾ കണ്ടുമുട്ടുന്നത് പ്രതീക്ഷകളുടെ വസന്തത്തെയാണ്. അതുപോലെ 'അരുതുകളുടെ ആരാമത്തിൽ'നിന്ന് 'ശെന്തരുണിയെന്ന നാകലോകത്തേയ്'ക്കു പറക്കുന്ന ശലഭങ്ങളെയും കാണാൻ കഴിയുന്നു. വിഷാദവും മധുരവും ഇടകലർന്ന ഭാഷണമാണ് 'മാമ്പഴച്ചാറിന്റെ ബാക്കി' എന്ന കവിത. വിരുദ്ധോക്തിയിലാണല്ലോ മീരാബെൻ തന്റെ രചനകളുടെ സൂത്രം ഒളിപ്പിച്ചുവച്ചിരിക്കുന്നത്. ത്രികാലങ്ങളിലേയ്ക്കും പടനയിക്കുന്ന ഒരു പെൺചിരിയുണ്ട്, 'ഉരുകിയെഴുന്നേൽപ്പിൽ.' അല്ലെങ്കിൽത്തന്നെ മീരാബെൻ സമകാല പെൺജീവിതപരിസരങ്ങളെ തലകീഴായി നിർത്തിയാണ് നോക്കിക്കാണുന്നത്. അതിനാൽ അവരുടെ ഭാഷണങ്ങളിൽ ആക്രമണത്തിന്റെ ചാരുതയേറുന്നതായി നാം കാണുന്നു. 'ബോധോദയം, പേരുദോഷക്കാരി' എന്നീ കവിതകൾ വിധ്വംസക സ്വഭാവം പുലർത്തുന്ന രചനകളാണ്. വിധ്വംസകത്വം എന്നത് പിതൃബോധത്തിന്റെ കാഴ്ചപ്പാടിലൂടെ പറഞ്ഞതാണ്, സത്യത്തിൽ അത് 'പതിവ്രത' തന്റെ ജീവിതത്തെ നോക്കിക്കാണുന്നതും പുതിയൊരു പ്രവർത്തന പദ്ധതി കയ്യാളുന്നതിന്റെ കാവ്യരേഖയുമാണ്. അതുപക്ഷേ, 'കുലട' എന്നു വിശേഷിപ്പിക്കപ്പെട്ടേക്കാം. പുരുഷാധികാരക്രമത്തിൽ പതിവ്രതയാകണോ, കുലടയാകണോ എന്നതാണ് ഇന്നത്തെ പ്രധാന പ്രശ്നം തന്നെ.

ആനന്ദാവേശച്ചില്ലകളിൽ
വിഷാദക്കുഴികളിൽ
സമരസ തലങ്ങളിൽ
തെന്നിത്തെന്നിക്കളിക്കണം എന്നും,

ബോധവൃക്ഷത്തിന്റെ/ പ്രാണനായങ്ങനെ/ തലകീഴായിത്തൂങ്ങുന്ന/ യാത്മബന്ധത്തിന്റെ വേതാളമാകണമെന്നും, ആകാത്തതൊക്കെയുമാകണം മണ്ണിൽ ചീയാത്തതൊക്കെയുമാകണം എന്നുമെഴുതി അടിമത്തത്തെ ജീവിതചര്യയാക്കാൻ സ്ത്രീകളോട് ആവശ്യപ്പെട്ടിരുന്ന പുരുഷകേന്ദ്രീകൃതാശയങ്ങളുടെ മനശാസ്ത്രബലതന്ത്രത്തെ ഉല്ലംഘിക്കുന്നതിനുള്ള ശ്രമങ്ങൾ മീരാബെന്നിന്റെ കവിതകളിലുണ്ട്.

പൊതുബോധത്തിന്റെ ആശയാവലികളോടാണ് ഓരോ സ്ത്രീയിലെയും പ്രഭാഷകയുമായുള്ള അഭിമുഖം ചേർന്നുനിൽക്കുന്നത്. എന്നാൽ മീരാബെന്നിന്റെ കവിതകളിൽ അത് പങ്കാളിയോടുള്ള സംവാദമാണ്. പലപ്പോഴും താത്വിക യുക്തികളോടെയാണ് ആഖ്യാതാവ് തന്റെ വാദങ്ങളെ അവതരിപ്പിക്കുന്നത്. ഇവിടെ പ്രത്യേകം ശ്രദ്ധിക്കേണ്ടതായ ഒന്നുണ്ട്; അത് ആക്രമണോത്സുകമായ സംസാരമല്ല എന്നതാണ്. അലിവിന്റെ അഴകും നീതിയുടെ സൗന്ദര്യവും അതിന്റെ എല്ലാ പ്രഭയോടും കൂടെ മീരാബെൻ കവിതകളുടെ വക്കുകളിലുണ്ട്. തികച്ചും നൈസർഗ്ഗികമായ തുല്യതയാണ് അതിന്റെ ആധാരം. നൈസർഗ്ഗികം എന്നത് ഈ കുറിപ്പിലെ വെറുമൊരു പദമായി കാണേണ്ടതല്ല. ആ വാക്കിന്റെ വാച്യാർത്ഥവും അനുഭൂതിയും അവസ്ഥയുമാണ് കവിയുടെ ഏറ്റവും പഥ്യമായ മനോജന്യസ്ഥലി. കവിയാശിക്കുന്ന നൈസർഗ്ഗികജീവിതത്തിന്റെ മറുപുറമായ നിരാശയുടേയും നഷ്ടങ്ങളുടേയും കൊഴിഞ്ഞുപോകലിന്റെയും സാഹചര്യമാണ് ധ്വനി. പക്ഷേ, പകയുടെയോ, ശകാരത്തിന്റെയോ, ശാപത്തിന്റെയോ വാക്കോ ഈണമോ ഒരിടത്തും നമ്മെ അലോസരപ്പെടുത്തുന്നില്ല എന്നതാണ് അദ്ഭുതകരമായി തോന്നിയത്. മീരാബെൻ തീക്ഷ്ണവും തീവ്രവുമായി സൗന്ദര്യത്തെ ഉപാസിക്കുന്ന കവിയാണ് എന്നതാണ് അതിന്റെ കാരണം. അവർ തെരഞ്ഞെടുക്കുന്ന പദങ്ങൾ വെറുപ്പിന്റേതല്ല. എന്നാൽ മാരകമായ പ്രഹരശേഷി അവയ്ക്കുണ്ട്. 'പോക്കണം കെട്ട കോഴികൾ, ചെമ്പകപ്പൂമണപ്പൊതി, ചമയപ്പെട്ടിയിലെ കലമ്പൽ നാകലോകം' തുടങ്ങിയ വാക്കുകൾ നൽകുന്ന തുടർചലനങ്ങളുടെ പ്രകമ്പനം നിലയ്ക്കുകയേയില്ല. 'ഉരുകിയെഴുന്നേൽപ്പ്' എന്നു മീരാബെൻ എഴുതുമ്പോൾ ഉയിർത്തെഴുന്നേൽപ്പ് എന്നുതോന്നുമെങ്കിലും അത്

പാരഡിയല്ല. അതൊരു 'പ്രണയകവിത'യുടെ ശീർഷകമാണെന്നതാണ് രസം.എതിരൊലികൾ പറയുന്നതിൽ കേമത്തവും ഒപ്പം അതിന്റെ സൂക്ഷ്മതയും കവിതയിൽ മീരാബെൻ പുലർത്താറുണ്ട്.

പാവം പൗരുഷത്തോടുള്ള ദയാവായ്പും സൗഹൃദവും തുല്യതയുമാണ് മീരാബെന്നിലെ ആഖ്യാതാവിന്റെ ആത്മഗതങ്ങളിലാകെ കേൾക്കുന്നത്. 'പകർന്നാട്ടക്കാരൻ' എന്ന കവിതയിലേത് കൂടുതൽ സാന്ദ്രമായി അനുഭവിക്കുന്നു.

മതവും രാഷ്ട്രീയവും സിദ്ധാന്തങ്ങളും തന്റെമേൽ അടക്കിഭരിക്കുന്ന ഒരു വർഗ്ഗത്തിന്റെ ടൂളാകുമ്പോൾ അതിന്റെ ഭാഷ, അധീശവ്യവഹാരത്തിന്റേതാണെന്നു 'ഭരണഭാഷ' ചർച്ച ചെയ്യുന്നു. അത്തരം ആശയങ്ങളോടുള്ള മമതയുടെ തെളിവുകൾ 'ഒരു പെൺമോണോലോഗ്,' 'ജലവേരുകൾ,' 'ഞാനമ്മയെങ്കിൽ' എന്നീ കവിതകളിൽ കാണാം. അവയിൽ പുരുഷന്റെ സ്വകാര്യ സ്വത്തും സുഖവും നിലനിർത്തുകയും വർദ്ധിപ്പിക്കുകയും ചെയ്യുന്ന കൂലിയില്ലാ അടിമ എന്ന നിലയിലാണ് തികച്ചും വ്യതിരിക്തമായ, വ്യക്തിത്വമുള്ള ഒരാളായി നിലപാടുകൾ എടുക്കുന്നത്. തുല്യത പുലരുന്ന സ്ത്രീപുരുഷ സൗഹൃദമാണ് കവി കാംക്ഷിക്കുന്നത്. കിടപ്പറദൃശ്യത്തിലെ രതിയുടെ ഏകതാനതയും മടുപ്പും ഇതിലെ കാവ്യപാഠത്തിൽ നാം വായിക്കുന്നു. അത് അനിമൽ പ്ലാനറ്റിലെ ഇരതേടലായും മ്യൂസിക് കൺസേർട്ട് ഹാളായും സർക്കസ് കൂടാരമായും കാണാം. അത് കവിയുടെ പരിഹാസനോട്ടവും വിചാരങ്ങളുമാണ് വെളിപ്പെടുത്തുന്നത്. ഈ കവിതയോട് ചേർത്തുവായിക്കേണ്ട ആത്മബോധത്തിന്റെയും സ്വാതന്ത്ര്യത്തിന്റെയും പ്രത്യയശാസ്ത്രമാണ് മീരാബെൻ 'അമ്മയായ്' എന്ന രചനയിൽ ആവിഷ്കരിക്കുന്നത്. 'കുഞ്ഞുങ്ങൾക്കായി മാറ്റി വച്ച ആത്മഹത്യകളാണ് ഓരോ സ്ത്രീയുടെയും ജീവിതമെന്ന്' പുതുകാലത്തിലെ മറ്റൊരു കവി അമ്മുദീപ പറയുന്നുണ്ട്. മീരാബെന്നാകട്ടെ എല്ലാവർക്കും ഞാൻ അമ്മയായെങ്കിൽ എന്ന ഭാവത്തിൽ മനുഷ്യരോടും പ്രകൃതിയോടും പെരുമാറണമെന്ന് ഒരു പ്രവർത്തനപദ്ധതിതന്നെ മുന്നോട്ട് വയ്ക്കുകയാണ് മഴയ്ക്ക്

എത്ര ചൂടാണ്, മഴയുടെ ഗണിതരൂപങ്ങൾ, മഴവരവും പോക്കും, വനപ്രവേശം, ശേഷകാലം, കാടകം എന്നീ കവിതകളിലൂടെ. ആത്മഗതങ്ങളെ സമാഹരിച്ച ഈ പുസ്തകത്തിൽ പെൺജീവിതത്തിന്റെ ആശയപരിസരവും ഉടൽ രാഷ്ട്രീയവും വേറിട്ടു തന്നെ സംസാരിക്കുന്നതിലൂടെ വായനക്കാരുടെ ധാരണകൾ നവീകരിക്കുകയാണ് കവി. ഒരു പീഡ എറുമ്പിനും വരുത്തരുതെന്നുള്ള നാരായണഗുരുവരുളിലെ സമഷ്ടി ഓരോ കവിതയിലും കവി പുലർത്തുന്നതായി വായനക്കാരന് മനസ്സിലാകാൻ തുടങ്ങുമ്പോൾ കവിതകൾ അതിന്റെ നിയോഗം പൂർത്തിയാക്കുന്നു..

പ്രസാധകക്കുറിപ്പ്

ഇതൊരു സ്വപ്നസഞ്ചാരമാണ്. ചുമരുകൾ തച്ചുടച്ച്, പുതിയ രാജ്യത്തിലേയ്ക്ക് പ്രവേശിക്കുകയാണ് നമ്മൾ. നരകത്തിന്റെ ദ്വീപിൽ, ജാഗ്രതയോടും എകാഗ്രതയോടും ഒരു സ്വർഗ്ഗം പണിയുന്നതും, വേനൽ ഉറഞ്ഞാടിയ ചില്ലകളിൽ പ്രാണന്റെ ഉറവകിനിയുന്നതും, മേഘങ്ങൾ മഴയായ് പൊഴിയേ, ആകാശത്തെയൂറ്റിക്കുടിച്ച് പൈദാഹമകറ്റുന്നതും കാണാം. അതേ, അക്ഷരബ്രഹ്മംകൊണ്ട് കവിതയുടെ മാസ്മരിക സൃഷ്ടികർമ്മം നിർവഹിക്കുകയാണ് കവയിത്രി മീരാബെൻ. ബിംബകല്പനകളാൽ കവിതകളെ ഇത്രമേൽ അണിയിച്ചൊരുക്കാൻ ശ്രീമതി മീരബെന്നിന് അല്ലാതെ മാറ്റാർക്കാണാവുക! വിരൽത്തുമ്പിലുറവയായ് പൊടിഞ്ഞ്, പുഴയായൊഴുകി, ഹൃദയം നിറയുന്ന കടലായ് കവിത മാറുന്ന കലാവിരുത് നിറഞ്ഞ സ്നേഹത്തോടെ നിങ്ങൾക്കു മുൻപിൽ തുറന്നുതരികയാണ് വായനപ്പുര പബ്ലിക്കേഷൻസ് 'പെൺമോണോലോഗുകൾ' എന്ന കവിതാസമാഹാരത്തിലൂടെ. സ്വീകരിച്ചാലും!

സസ്നേഹം

പോൾസൺ തേങ്ങാപ്പുരക്കൽ

സമർപ്പണം

ജീവിച്ചിരുന്നെങ്കിൽ ഈ മകളെയോർത്ത്
അഭിമാനം കൊണ്ട് കണ്ണുനിറയുമായിരുന്ന
എന്റെ പ്രിയപ്പെട്ട അച്ഛന്...

ഉള്ളടക്കം

1. കാവ്യനീതി 23
2. അദൃശ്യൻ 24
3. മഴയ്ക്ക് എത്ര ചൂടാണ് 26
4. കുക്കിനിക്കട്ടകൾ 28
5. സാരമില്ലായ്മകൾ 30
6. മോചിത 32
7. മഴയുടെ ഗണിതരൂപങ്ങൾ 33
8. അലകലകായ് അടരടരായ് ചിലർ 35
9. യൗവനം 37
10. ബോധോദയം 38
11. മുദ്രിതതാരകം 39
12. ശേഷകാലം 41
13. തണുത്ത വിരലുകൾ 44
14. ആത്മം 46
15. ഉടലിന്റെ രാഷ്ട്രീയം വായിക്കുമ്പോൾ 49
16. ഉരുകിയെഴുന്നേൽപ്പ് 51
17. പേരുദോഷക്കാരി 52
18. പോക്കുവരവുകൾ 54
19. ഭയങ്കര സത്യങ്ങൾ 56
20. ദ്വന്ദ്വം 59
21. തീവിഴുങ്ങികൾ 61
22. അലങ്കാരപ്പാവ 63
23. ജലവേരുകൾ 65

24. ഒരു പെൺമോണോലോഗ് 67
25. ചെന്തരുണികളെ ചുവപ്പിച്ചത് 69
26. ഒറ്റനോട്ടത്തിൽ 71
27. രാഗം-അമൃതവർഷിണി 72
28. കോർണർ കവിത 74
29. മാമ്പഴച്ചാറിന്റെ ബാക്കി 76
30. വനപ്രവേശം 78
31. ആട്ടക്കാരൻ 80
32. പൊട്ടിത്തങ്കമ്മ 83
33. അപരം 86
34. പൊള്ള 87
35. അച്ഛനുറക്കമായി 89
36. സ്വതന്ത്രരാജ്യം 91
37. കാടകം 93
38. പോക്കുവെയിൽ 95
39. അമ്മയായ് 96
40. വേഗം 98
41. പനയോല മറ 99
42. നിശബ്ദം 100
43. സൂര്യാഘാതം 102

1

കാവ്യനീതി

സന്ധ്യാനേരം...
മുക്കും മൂലയും നിറയെ
ഉറുമ്പുകളുടെ കൂട്ടക്ഷരങ്ങൾ.
അത്തിമരത്തിൽ നിന്നൊരു
കവിതയുടെ ഘോഷയാത്ര.

മരം മറച്ചുവച്ച ശലഭനൃത്തങ്ങളെ
തോളിലേന്തിക്കൊണ്ടുവരുന്നതാണ്.
പുതുപ്പെണ്ണിന്റെയെന്നപോലെ
വാക്കുകളുടെ പൂച്ചനടത്തം.

പോർക്കളം പൂക്കളമായി.
ഇരുൾക്കൂനകൾ താണ്ടി,
മണ്ണുകയ്യേറി ചാലുകളിലെല്ലാം നീർപടർത്തി.
കണ്ണുചിമ്മിയാശലഭത്തിന്റെ മുറിവിലേയ്ക്കാരോ
നിലാവു തെറിപ്പിച്ചു.
ഉറക്കം കെട്ടുപോയ നിഴലുകൾ
വെളിച്ചംവരെ സംഗമിക്കാൻ,
ഉടലിനെ, ഉയിരിനെ
മൂടിയയുറകളൊന്നായൂരിയെറിയുന്നു.

കിളിവാതിൽ
താഴുകളറിയാതെത്തിയൊരത്ഭുത
കാവ്യഗന്ധർവ്വൻ.
അതിപുരാതനമായ
ജന്മത്തിൽ നിന്നൂർന്നുപോകുന്നു ഭൂതകാലം
ശിലാകാലം!

●

2

അദൃശ്യൻ

വെള്ളമൊഴിക്കുന്നവർ
ഇലകൾ അടരുന്നത്
അറിയുകയേയില്ല.

അസ്തമനത്തിലേയ്ക്കു
കൂകിപ്പായുന്ന
തീവണ്ടിയുടെ
കടകട ശബ്ദമാണ്,
വെന്റിലേറ്ററിനുള്ളിൽ നിറയെ.

എന്നും ഒരേദിശയിലേയ്ക്കുള്ള
ടിക്കറ്റ് പരിശോധിക്കുന്നവന്
ആത്മപരിശോധനയ്ക്ക്
നേരമുണ്ടാവില്ല.

വാർഡിലെ എല്ലാ സ്ട്രെച്ചറുകളും
മോർച്ചറി കണ്ടുമടങ്ങിയിട്ടുണ്ടെന്ന്
ആർക്കുമറിയില്ല.

മരണത്തേക്കാൾ വിരൂപമാണ്
കാൻസർ വാർഡിലെ ഓരോ ചിരിയും എന്നത്
ചുണ്ടുകൾക്കറിയാം.

പഴകിത്തേഞ്ഞ വാക്കുകൾ കൊണ്ട്
ശ്വാസത്തിന് താളമുണ്ടാക്കാൻ കഴിയില്ലെങ്കിലും
ചിലമ്പിച്ച ശബ്ദങ്ങൾക്ക്

ചെണ്ടകൊട്ടുമാറുച്ചത്തിൽ
ബന്ധങ്ങളെയാഘോഷിക്കാൻ കഴിയുമെന്നത്
വിചിത്രം.

പഴനീര് കുടിച്ചുചീർത്ത
നിർജ്ജീവകോശങ്ങൾക്ക്
ഒറ്റക്കുളമ്പുള്ള
പഴയ ട്രോജൻ കുതിരയുടെ
താളമാണ്, അപ്പോൾ.

നാലുവഴികളിൽ നിന്നും
ആട്ടിത്തെളിച്ചെത്തിയ സ്വപ്നങ്ങളിൽ,
കൂടപ്പിറപ്പുകളും അയൽക്കാരും
മക്കളും പേരക്കുട്ടികളും
ഓടിയോടിയെത്തും
ആരോടാദ്യം എന്നു സന്ദേഹിക്കും.

നിരന്തരമായി ചാർജുചെയ്യാതെ
വിളികൾ തിരികെമടങ്ങും.

കൃഷ്ണമണികൾ
ഘടികാരമണികളോട് ചെവി കൂർപ്പിക്കും.

ഒരൊറ്റ വീർപ്പുപോലും കിട്ടാത്ത ബലൂൺ,
തെറിച്ചുവീഴുമ്പോലെ
തറപറ്റി തണുത്തുകിടക്കും.

മഞ്ഞയില ഒരെണ്ണം കൊഴിഞ്ഞതാണ്
ശബ്ദമില്ലാതെ...

●

എഴുത്ത് മാസിക, ഏപ്രിൽ, 2020

3

മഴയ്ക്ക് എത്ര ചൂടാണ്

മട്ടുപ്പാവിലൊരു കുട്ടി
മറന്നുവച്ച പട്ടം,
ചൂടുള്ള ആകാശത്തെ
സ്വപ്നം കാണുന്നു.

ഓടിയെത്തിയ മഴ കണ്ട്
പൂത്തുവിടർന്ന മഴപ്പാറ്റ
ചിറകുകൾ പൊള്ളിക്കുന്നു.

അടച്ചിട്ട വാതിലിനപ്പുറം
സമ്പന്നമായ ഉടലുകൾ
വിയർപ്പാറ്റുന്നു.

പാളയും കയറും ഉത്തരത്തിലിരുന്ന്
തേഞ്ഞുരഞ്ഞ ജന്മത്തെ
തിരികെ വിളിക്കുന്നു.

പാഴ്ച്ചെടിവേരുകളിൽ
തിളയ്ക്കുന്ന മഴപ്പച്ച
ആർത്തുചിരിക്കുന്നു.

മരണം കാത്ത ചുണ്ടുകളിൽ മാത്രം
മഴയുടെ ചൂട് പെരുക്കുന്നു.

അടിച്ചു വാരിയ നിഴൽക്കൂമ്പാരത്തെ
മുഖം കറുപ്പിച്ച സന്ധ്യ,
കുപ്പ കത്തിക്കുന്നു.

മേൽക്കൂരകൾ ചോർന്നൊലിക്കുന്ന
വീടുകളുടെ ഹൃദയത്തിൽ തുളകൾ വീഴുന്നു.

ഒറ്റപ്പെട്ടവരുടെ, കുടിയിറക്കപ്പെട്ടവരുടെ കണ്ണ്
മഴനീർച്ചൂടിൽ തിളയ്ക്കുന്നു.
മണ്ണിന്റെ മനസ്സിൽ
മഴ അവ/താളത്തിൽ പെയ്യുന്നു.

●

എം. കെ കുമാരൻ സ്മാരക കവിതാ പുരസ്കാരം- 2018 (പരസ്പരം മാസിക)

4

കുക്കിനിക്കട്ടകൾ

കരിയിലകൾക്കടിയിൽ
മറഞ്ഞുകിടക്കുന്നുണ്ട്
മണ്ണും വെള്ളവും.

വെളിച്ചം കുടിച്ചുവറ്റിക്കുന്ന
പകലിന്റെ ചൂടുതട്ടി
വിരിയാൻ കൊതിക്കുന്ന
ഇരുട്ടിന്റെ മുട്ടകൾ,
ഭൂതകാലത്തിന്റെ നേർത്തപാതയിൽ
ധ്യാനത്തിലാണ്.

കാതോർത്തുനോക്കിയാൽ കേൾക്കാം
ചില കിതപ്പുകൾ,
വലിഞ്ഞുള്ള നടപ്പുകൾ,
തൊലിപൊട്ടുന്ന വിത്തുകൾ.

കണ്ണുതുറന്നുനോക്കൂ,
നിശ്ശബ്ദമായി ചുരുട്ടിവച്ചിരിക്കുന്ന
കാണാലോകച്ചിറകുകൾ.

പൊങ്ങിപ്പറക്കുന്ന പ്രാണികളുടെ കാലിലാരോ
അഴുകിത്തുടങ്ങിയ നിശ്വാസം
കെട്ടിവച്ചിരിക്കുന്നു.

മരങ്ങൾക്കിടയിലൂടെ
നോക്കിയാൽ കാണാം,
അടച്ചിട്ടിരിക്കുന്ന വീടിന്റെ
അടുക്കളയിൽനിന്ന് പുക ഉയരുന്നുണ്ട്.

മുപ്പതുവർഷം മുമ്പത്തെ
അലക്കിത്തേച്ച മുണ്ടുടുത്തൊരു രൂപം,
ചാരുകസേരയിൽ
കാലുയർത്തിവച്ച് കിടക്കുന്നുണ്ട്.

കരിയിലകളെല്ലാം
എത്രവേഗമാണ് പറന്നുപോയത്..

●

5

സാരമില്ലായ്മകൾ

നല്ല പച്ചമീൻ വാങ്ങി
കൊത്തിനുറുക്കി,
ചോറിൽ കുഴച്ചു ചേർത്ത്
വച്ചുകൊടുത്തു.

ഒറ്റവിളിക്ക് നീളം വളരെ കുറവായിരുന്നു
എന്ന പേരിൽ മുഖം തിരിച്ചു.

ഒന്നുമറിയാത്തപോലെ അരികിൽ ചെന്ന്
ഒന്നു മണത്തുപോലും നോക്കാതെ
തിരകണക്കേ മടങ്ങിപ്പോയി.

ചാരിയ വാതിൽ
പതിയെ തുറന്നുനോക്കിയപ്പോൾ
കാലിയായ പാത്രം
വെളുക്കെ ചിരിച്ചുകാണിച്ചു.

അത്യാർത്തി കൊണ്ടല്ല എന്ന ഭാവത്തിൽ
ചിറി തുടച്ച്
നിസ്സംഗതയെടുത്തുടുത്തു.

കൊടുത്തതും തിന്നതുമെല്ലാം
തിരിച്ചെടുക്കാനുള്ള
മായാവിദ്യകൾക്കായി
വെറുതേ പരതി.

കൊടുക്കുന്തോറുമേറിടുന്നതെങ്ങനെ,
യെന്ന കവിവചനത്തെ,

കുറയുകയല്ലേയുള്ളൂ
എന്ന ഗണിതസൂത്രം കൊണ്ട്
ഖണ്ഡിച്ച് ആശ്വാസപ്പെട്ടു.

എന്നാലും
കൊടുത്തുകൊണ്ടേയിരിക്കുക
എന്ന മനോഭാവത്തോടു
പൊരുത്തപ്പെടാനാവാതെ
കൊടുത്തതൊക്കെ സാരമുള്ളതാക്കാൻ
കൊടിപിടിച്ചു.
കവലകൾ തോറും പ്രസംഗിച്ചു.
പരാതികൾ പലതും അയച്ചു.

ദീർഘമായ ഉറക്കത്തിലായതിനാൽ
പൂച്ചയതൊന്നുമറിഞ്ഞില്ല.

എത്രയോ വർഷങ്ങളായിട്ടും
കണ്ണുമടച്ചു പാലുകുടിക്കുന്നത്
അതിനിഷ്ടമാണ്.

പൂച്ചയായി ജീവിക്കുന്നതിനേക്കാൾ
സുഖകരമായി
മറ്റെന്തുണ്ട് ഭൂമിയിൽ...

●

6

മോചിത

അവൾ ഉറങ്ങുകയായിരുന്നു.
നാലുചുവരുകളും തട്ടിയുടച്ച്
അയാൾ പുതിയ രാജ്യത്തിലേയ്ക്കു വന്നുകയറി.
തന്റെ ലോകത്തിന്റെ
വിത്തുകളും കമ്പുകളും നടുന്നു.

അവളുടെ ആയിരം മുലക്കണ്ണുകൾ
ഒന്നിച്ചുചുരത്തിയ മൗനങ്ങളും
വാക്കുകളും കൊണ്ട് അയാൾ
കരുണയോടെ അവിടെയെല്ലാം നനയ്ക്കുന്നു.
നീതിയുള്ള കൈപ്പടങ്ങൾ കൊണ്ട്
തളിരുകളെ താലോലിക്കുന്നു.

ഞാൻ തന്നെയാണ് നീ എന്നു പറഞ്ഞുകൊണ്ട്
ആത്മാവിനെ മടിത്തട്ടിൽ എടുത്തുവയ്ക്കുന്നു.

അനുഭവം ദ്വന്ദ്വമാണ് എന്ന്
ശരീരം സാന്നിധ്യമറിയിച്ചു.
രസവർണങ്ങൾ മാറിമറിയുന്നു.
അമാന്യമെന്ന അകലത്തിന്റെ
ദൂരം മാന്യത്തിലേയ്ക്ക് ചുരുങ്ങുന്നു.

അശ്ലീലം അരയാൽത്തണലിൽ വിശ്രമിക്കുന്നു.
നരകത്തിന്റെ ദ്വീപിൽ സ്വർഗം പണിയുന്നത്
ജാഗ്രതയും ഏകാഗ്രതയും
ചേർന്ന് കവിതയെഴുതുന്നതുപോലെതന്നെ
സൂക്ഷ്മമായിട്ടായിരിക്കണം
എന്ന് മന്ത്രിച്ചുകൊണ്ട്
ഒരുകുല പൂക്കളുമായി അയാൾ
സ്വപ്നത്തിൽ നിന്ന് മെല്ലെ ഇറങ്ങിനടന്നു.

●

7

മഴയുടെ ഗണിതരൂപങ്ങൾ

വേനൽ ഉറഞ്ഞാടിയ ചില്ലകളിൽ
പ്രാണന്റെ ഉറവ കിനിയുമ്പോൾ
അസ്ഥിരമെങ്കിലും
മഴത്തുള്ളികൾ
നമ്മുടെ ആകൃതിമാറ്റും.

ശരീരത്തെ ഭൂപടമാക്കി
ടാറ്റൂ വരച്ച് തുളച്ചുകയറും..
ചിലർ അട്ടയെപ്പോലെ ചുരുളും.

രുദ്രതാളത്തിന്റെ
സംഗീതപ്പെരുക്കമാസ്വദിച്ച്
സ്വന്തം മരണത്തിന്റെ നിഴൽമെത്തയിൽ
നീണ്ടുമലർന്നുകിടക്കും ചിലർ.

മധുരനീലക്കരിമ്പു കടിച്ചുതുടുത്തവൾ,
തന്നെമടുത്തവന് മറ്റൊരുവൾ
എങ്ങനെ പ്രിയങ്കരിയായെന്നോർത്ത്,
വെളുത്ത ഉമ്മകൾ കറുത്തുപോയല്ലോ
എന്ന ചിന്തയാൽ ചെങ്കണ്ണുമായി
ചെരിഞ്ഞുവളഞ്ഞു കിടക്കും.
ഒറ്റയ്ക്കാക്കി എന്ന നിലവിളി
അടുത്തടുത്തുവരുമ്പോലെ
കണ്ണിറുക്കിപ്പൂട്ടും.

കൽച്ചിപ്പിയിലെ പെൺമുത്ത്
തൊട്ടപ്പുറത്തെ സൂര്യന്റെ
ഓർമ്മച്ചൂടേറ്റ്
വാക്കുകളായി വിരിഞ്ഞിറങ്ങും.

കീശകളിൽ നിന്നു
നാണയത്തുട്ടുകൾ
ഓരോന്നോരോന്നായിറങ്ങി
പലപലവഴിക്ക്
ഉരുണ്ടുരുണ്ടുപോകും

അഗാധമായ ഏകാന്തതയോട്
മിണ്ടിമടുത്ത്,
പിടയുന്ന മത്സ്യത്തെ
ചതുരമാക്കി
ഉദരസ്വപ്നംകാണും ചിലർ.

ആകാശമേലാപ്പുകീറി
യൊഴുകിയെത്തിയ
അരുവിയുടെ ചിരി
ചിലരുടെ ചുണ്ടുകളെ നീട്ടിയെടുക്കും.

ഒടുവിലായൊടുവിലായ്
പതിയെപ്പതിയെ
നിരാസത്തിലൂടെ
മണലിൽ പുതയുന്ന ഒരഴുക്കുചാൽ,
വൃത്തം മാത്രം ബാക്കി വയ്ക്കും..

●

8

അലകലകായ് അടരടരായ് ചിലർ

ചിലരുണ്ട് ഭൂമിയിലഴകാർന്ന ചിരികൊണ്ട്
ശുഭകാമ്യസ്വപ്നം നിറയ്ക്കാൻ.

ചിലനേരമുള്ളിലെ രസബിന്ദു പൊട്ടിച്ച്
നഖമഗ്രമുനപോൽ കൂർക്കും.

വിലപേശിത്തഴുതിട്ട സ്നേഹത്താൽ
കനലിന്റെ മലർശയ്യയിൽ നീളെവീഴ്ത്തും.

രസനാഗ്രമിഴയുന്നുണ്ടധരത്തിന്നൊരു,
കോണിലാളുന്നകാമം നിറയെ.

കിളിയൊന്നുചിറകടിച്ചുയരുമ്പോളൊരുകൂട്ടിൽ
പരിഭ്രാന്തി വാനിൽപറക്കും.

പതിവായി രതിഹർമ്യവാതിൽ തുറന്നിട്ട്
ദംഷ്ട്രകൾ കാട്ടിച്ചിരിക്കും.

ചിലനേരമപ്പോളങ്ങംബരചുംബിയാം
ചിലനേരമാഴക്കടലിലെ ചിപ്പിയും.
പെരുകുന്നു, പ്രണയാഗ്നിയാളുന്ന,
ജഠരാഗ്നി നിറയുന്നു മോഹാതിരേകം.

അറിയാതെയറിയാതെ
നാൾക്കുനാൾ ചെറുതായി
ചിരിവാളുകൊണ്ടവർ വെട്ടും.
വാലാട്ടി, പിന്നിൽ നടക്കും.
നിത്യം കുരിശിൽ തറയ്ക്കും.

ചിരിമായുമിരുൾ തെളിയു,
മെറിയു,മഗാധമാം ചെളിയിൽ.

ചിലരുണ്ട്, മാനവരല്ലവർ,
മറയാനായ് വന്നിടും കിന്നരദേവർ.

മിഴിവായ് നിറയും,
ശ്യാമമിരുളിൽ തെളിയും.
തുകിലായ് നാണമകലെ.
മേഘങ്ങളായ് മേലെപൊഴിയും.
വിഷാദം മറയും പൈദാഹമൊഴിയും
നാദശരീരിയായ് തഴുകും.

മെഴുകായുരുകും തൂമഞ്ഞായുറയും
പകലിലദൃശ്യരായ് നില്ക്കും.

ആഹ്ലാദസുഖദേവശിവരൂപരൈവർ
വൈദേഹിയായാരെ തിരയും?

വിരൽത്തുമ്പിലുറവയാ,
യൊടുവിലൊരു പുഴയായി,
വൻതിരകളായ് കടലിലേയ്ക്കമരും.

മുങ്ങുന്നു പൊങ്ങുന്നു
മുങ്ങുന്നു പൊങ്ങുന്നു
മുങ്ങിനിവരുന്നു കാലം.
ഇമതോർന്നതറിയുമ്പോ,
ളുഴുതിട്ട മണ്ണിതിൽ
പാഴ്മുളയൊന്നുപൊട്ടിത്തരിക്കും
വീണ്ടും സ്വപ്നമുരുട്ടിക്കയറ്റും.

●

സാഹിത്യ സംവേദനം- ജൂൺ 2020

9

യൗവനം

മലർന്നീപ്പുൽപ്പരപ്പിൽ
ആകാശത്തെയൂറ്റിക്കുടിച്ചും,
കുയിലിനെ കൂവിത്തോൽപ്പിച്ചും,
മരപ്പൊത്തിലെയിരുൾ നത്തിനെ
വെയിൽ കൊണ്ടടച്ചും,
പോക്കണംകെട്ട കോഴികളെ
'പോകോഴീ,'ന്നാട്ടിപ്പായ്ച്ചും,
നീണ്ടു കുറുകി, നീണ്ടു പോം നിഴലിനെ
മുഴക്കോലാലളന്നും,
ചോലച്ചോട്ടിൽ ചേലയ്ക്കുള്ളിൽ
ഒളിക്കും കുസൃതിക്കാറ്റിനെ
കുടഞ്ഞങ്ങു തെറിപ്പിച്ചും,
കണ്ണാടി തട്ടിപ്പൊട്ടിച്ച് സൗഹൃദം ഉറപ്പിച്ചും,
വേലിപ്പുറമേ ചായാത്ത
നന്ത്യാർവട്ടത്തെ നിരസിച്ചും,
ആടിക്കുഴയും അരളിപ്പൂവിനെ
കവിളാലുരസ്സിയും
താരകം വിട്ടിങ്ങു നിപതിക്കും,
രശ്മിപോലിന്നു നീയെന്നിൽ...

നീയീക്കുളിരിൽ വേനൽ,
കുടിക്കും ഞാൻ, മധുരമായ്...
നീയെന്റെ തീക്കനൽ
കുടഞ്ഞിടാ,മനമതൊരിക്കലും.
വന്നുപോ,യിത്രടം കാലമേ
തന്നുപോ, നഷ്ടയൗവനം!

●

കലാപൂർണ, ഫെബ്രുവരി, 2017

10

ബോധോദയം

അബോധവൃക്ഷത്തിൽ
തലകീഴായ് തൂങ്ങി
സർക്കസ്സിലെ പോലെ
പിടിവിട്ട് വാക്കുകളാടി
കാട്ടുവള്ളിയായൊരു കവിത പടർന്നു.
ചിലരതിലെത്തിപ്പിടിച്ചാടിത്തൂങ്ങി രസിച്ചു.
പടം വരയറിയാതെ,
യേതുനിറമെന്നുമറിയാതേതോ
കുഞ്ഞുവാക്കുകളാടിയാടിയൊട്ടിപ്പോയി.
വേച്ചുവേച്ചതിൽ ചിലതങ്ങാഴങ്ങളിൽ
വീണു, മുങ്ങാങ്കുഴിയിട്ടു.
നോക്കിനിന്നവരതിൽ
ചിലതു നീന്തിയെടുത്തു.
ഇടകലരുമെന്നുറപ്പായപ്പോൾ അയാൾ
പച്ചയീർക്കിലി പോലെ
കവിതയിലെ വേനലിനെയും മഴയേയും
രണ്ടായ് വലിച്ചുകീറി ദൂരെയെറിഞ്ഞു.
കഥയിലെ കാട്ടിലെ
കുറുക്കന്റെ കല്യാണം മുടങ്ങി.
മൃഗങ്ങൾ
ലിവിങ് മൊത്തം ടുഗെദറാക്കി.

●

11

മുദ്രിതതാരകം

ദൂരെയൊരു
യാത്ര കഴിഞ്ഞൊരു
പാതിരാവിൽ,

വഴിയിലൊറ്റയായൊരു
തരിവെട്ടത്തിനായ്
ഭയം കൈനീട്ടവേ,

ചുമ,
പരിഹാസച്ചിരിയങ്ങു
പിന്നിലായ് കേൾക്കാം

നിഴലായ്
കൂട്ടം കൂടുന്നോ നിശാചരർ?
മിന്നാമിന്നി പോൽ
തിളങ്ങുന്നതു
മിന്നലിൻ കീറോ?

ഞാനെടുത്തെന്റെ
കൈവെള്ളയിൽ ചേർത്തു.
പേർത്തും പേർത്തും നെഞ്ചിലമർത്തി,
കണ്ണിമ ചിമ്മിപ്പോയീ..

മിന്നലല്ലതു
മിന്നിയുമല്ലൊരു, തരി
വൈഢൂര്യത്തിൻ
തുണ്ടാണാരോ
വിലയറിയാതുപേക്ഷിച്ചു,
വഴിയോരച്ചവറിൽ.

ആ ചേലിൽ
ഞാനിന്നു മനോജ്ഞയായൂഷരമാമുടൽ
ജല,രാഗ സമ്മിശ്രമായീ..
മഴച്ചാറൽ കഴിഞ്ഞെത്തും വെയിൽ,
മന്ത്രവടി നീട്ടി
മാരിവില്ലിൻ തേരിലെത്തി
തുടുപ്പിക്കും പകൽ പോലെ.

ജീവനാകെ തളിർത്തെന്റെ
പൂവാടിക സുരഭിയായ്
പലർക്കുമമൂല്യമാം വജ്രത്തെ
കരിക്കട്ടയായ് തോന്നും,
അതൊന്നു തുടച്ചാൽ തിളങ്ങും,
പ്രകാശത്തിൻ പൊടിപൂരം.
നവം ജീവൻ..!

●

12

ശേഷകാലം

മറവുചെയ്യപ്പെട്ട സ്വപ്നങ്ങളാണത്രേ,
പ്രളയജലമായ് തിരികെയെത്തുന്നത്.
പഴുത്തളിഞ്ഞ മുറിവുകളെ തഴുകിയൊഴുകി,
പകൽക്കിനാവിന്റെ വേരുകൾ പിഴുതെറിഞ്ഞ്,
ഭയത്തിന്റെ കയത്തിൽ മുങ്ങിനിവർന്ന്,
മലഞ്ചെരുവിലെ ഓരോ കൂരയിലും
കയറിയിറങ്ങി,
പ്രണയഭംഗംവന്നവരുടെയെല്ലാം
ചുണ്ടിണകളിൽ കാളിമ കലർത്തി, മയക്കി
മേഘങ്ങളിൽ വിരിച്ചിടുന്നു.

ഉടലറ്റ ഓർമ്മകളുടെ മാറാപ്പിൽ നിന്നും
ഊർന്നിറങ്ങിയ മോഹങ്ങളെയൊക്കെ
ശൂന്യതയുടെ ആഴിയിലേയ്ക്ക്
ഒഴുക്കിയെത്തിക്കുന്നു.
പകലിന്റെ ജഡം തേടിയലയുന്നു.

ഒടുവിൽ,
മുടി കൊഴിഞ്ഞ മരങ്ങളെ മാത്രം
പിഴുതെടുക്കാതെ,
സൂര്യനെപ്പോലും മുക്കിക്കൊല്ലുന്ന
ഊളൻ കാറ്റിന്റെ ഒളിച്ചുകളി
മതിയാക്കുമ്പോഴേയ്ക്കും,
തളർന്ന്,
ഊക്കുകുറഞ്ഞ നദികൾ
കൊലുസുകൾ അഴിച്ചുവച്ച്,
കൂടെക്കൊണ്ടുവന്ന ഗർവ്വിന്റെ
പാറക്കല്ലുകളെ അവഗണനയുടെ
താഴ്വരയിലേയ്ക്കെടുത്തെറിയുന്നു.

മരിച്ചവർ, അവരെത്രയോ
നല്ലവരെന്ന് വാഴ്ത്തിപ്പാടുന്നു.

ഉടുതുണിയിലെ
പൂക്കളുടെ പേരുപറയാനോ,
നിറമെണ്ണിക്കളിക്കാനോപോലും
കഴിയാത്തവണ്ണം
നാവറ്റുപോയ തെറിവാക്കുപോലെ
കീറിയജീവിതം
തുന്നിച്ചേർക്കാനൊരുങ്ങുന്നുചിലർ.

മൺപൊത്തിലെ നീർക്കോലിയേയും
മിഴിച്ചുപോയ ചൊറിത്തവളയേയും
പഴുതാരപ്പുളപ്പിനെയും
അന്നാദ്യമായ്, കരുണയോടെ നോക്കുന്നു.

വായനാവികൃതികളായ കവികൾമാത്രം,
ഭൂമിയിലെ ഒച്ചകളെ ഇടിമുഴക്കങ്ങളെന്നോ
കാഴ്ചകളെ ഭയാനകങ്ങളെന്നോ വിളിക്കാതെ,
അനാദിയായ കാലത്തിന്റെ
പടവുകളിൽ നിന്ന്,
പായലുകൾ അടർത്തിമാറ്റുകയാണ്,
ശേഷിക്കുന്നവർക്കായ്..

●

24 ന്യൂസ്, നവംബർ 30, 2020

13

തണുത്ത വിരലുകൾ

നാലുംകൂടിയ കവലയിൽ
റോഡു മുറിച്ചു കടക്കാനായി
കുരുടിയും മുടന്തിയുമായൊരുവൾ
ഏറെ നേരമായി കാത്തുനിൽക്കുന്നു.

നനഞ്ഞു തണുത്ത ഒരു കൈത്തലം
വിരലുകൾ കോർത്തപ്പോൾ
മുടന്തു നിവർന്നുപോയി.

വലിയ കെട്ടിടങ്ങളുടെ ചുമരുകളുടെ
ചന്തവും വന്നുചേരുന്ന
ഊടുവഴികളിലെ നിഗൂഢതയും
വാഹനപ്രളയത്തിൽ കുരുങ്ങിപ്പോയ
സ്കൂൾക്കുട്ടിയുടെ സൈക്കിളും ഒക്കെ
മനക്കണ്ണിന് കാഴ്ചയായി നൽകി.

കവല കടന്ന്
മുമ്പു പോകാത്ത വഴിയിലൂടെ നടന്നു.

സഞ്ചി തുറന്ന് ആഗ്രപേഡയെടുത്ത്
അവളവനു തിന്നാൻ കൊടുത്തു.
പകരം തണ്ടൊടിഞ്ഞ മയിൽപ്പീലി നിവർത്തി
നേരേയാക്കി
*'നിശ്ശബ്ദ വസന്ത'ത്തിൽ തിരുകിവച്ചു.

അതോർത്തുകൊണ്ട് തണുത്ത കൈത്തലം
പരതിക്കൊണ്ട് ഒരു കോൺക്രീറ്റ് ചുമരിൽചാരി
ഒറ്റയ്ക്കിരിക്കുകയാണ് അവളിപ്പോൾ.

ഋതുക്കൾ മാറുമ്പോൾ ചുറ്റുമുണ്ടാകുന്ന
മാറ്റങ്ങൾ ചൂടും തണുപ്പും മാത്രമല്ലെന്നും
ഇലകളും പൂക്കളും
ഉടുപ്പുകൾ മാറി ധരിക്കാറുണ്ടെന്നും
അറിഞ്ഞപ്പോൾ കൗതുകം തോന്നി.

ഇടയ്ക്കിടെയായി വിട്ടുപോകുന്ന
കൈത്തലത്തിന്റെ ചിന്തയിലേയ്ക്ക്
ചെവികൾ കൂർപ്പിച്ചപ്പോൾ
ആരോ ഉറക്കെ പാടുന്നതും
കവിത ചൊല്ലുന്നതും
നൃത്തം ചെയ്യുന്ന ചിലമ്പിന്റെ
സ്വരതാളവും കേൾക്കുന്നതായി തോന്നി.

തണുപ്പു വന്നു കൈയിൽ തൊട്ടു.
എങ്ങോട്ടെന്നില്ലാതെ അവർ നടന്നു.
അന്നുവരെ ആർക്കും കൊടുക്കാതെ
പൊതിഞ്ഞുവച്ച കടുംമധുരമുള്ള ഉണങ്ങിയ
അത്തിപ്പഴങ്ങൾ
അവൾ അവനു നേരേ നീട്ടി.
കൈത്തലങ്ങൾ കൂടുതൽമുറുക്കിപ്പിടിച്ചു
എന്നവൾക്കു തോന്നി,
തണുപ്പു നുരച്ചുകയറി.

അത്തിപ്പഴം നുണഞ്ഞിറക്കുന്ന ശബ്ദം
കവിളിലുരസ്സിയപ്പോൾ
വെട്ടിമാറ്റിയ അത്തിമരക്കുറ്റി കണ്ണിൽ
തറഞ്ഞു കൊണ്ടതുപോലെ തോന്നി.
അവൾക്കു കയ്ച്ചു.

●

*ഹെലൻ കെല്ലറുടെ സൈലന്റ് സ്പ്രിംഗ്

14

ആത്മം

വൈകുന്നേരം വായനശാലയിൽ
പരാജിതന്റെ കവിതകളുടെ
ചർച്ചയുണ്ടെന്നറിഞ്ഞാണ് ചെന്നത്.

തലങ്ങും വിലങ്ങും കിടത്തി
ദൂരെ നിന്നുകൊണ്ടും
ചിലർ
അടുത്തുനിന്നും
അവറ്റകളെ
നോക്കി നോക്കി പിഴിഞ്ഞു,
അലക്കിയലക്കി വെളുപ്പിച്ചു.

ചിലരോ,
ഏണി ചാരി മേലേയ്ക്ക് വലിഞ്ഞുകയറി
അണ്ണാറക്കണ്ണനേം പൂമ്പാറ്റകളേം
കുഞ്ഞുറുമ്പുകളേം പിടിച്ച്
താഴേയ്ക്കു തള്ളിയിട്ടു.

പിടികൊടുക്കാതെ
പറന്നുകളിച്ച
കുയിലിനേം

മരംകൊത്തിയേം
കെണിവച്ചുപിടിച്ചു.

മുറ്റത്തെ പച്ചച്ചക്കയുടെ
രുചിയുള്ള കവിത മണത്തുനോക്കി
ചക്കപ്പഴത്തിന്റെ
മഞ്ഞച്ചുളകളെക്കുറിച്ചും
തേൻ മധുരത്തെക്കുറിച്ചും വാഴ്ത്തി.

ഊർന്നുപോകുന്ന
ട്രൗസറിട്ട കവിത
സ്കൂളിലേയ്ക്കുള്ള വഴിയിലെ
ഉണങ്ങിയ മരക്കുറ്റിയിലും വേരുകളിലും തട്ടി
പലതവണ വീണതും
വിറകായ് വെന്തതും
ആരും കണ്ടില്ല.

കവിതയുടെ മുറ്റത്തെ
കല്യാണപ്പന്തലിൽ
വരൻ ഒരിക്കൽ പോലും
സമയത്ത് എത്തുകയോ
താലികെട്ടുകയോ ചെയ്തില്ല.

എന്നിട്ടും
കൊടൈക്കനാലിലേയ്ക്കും
കൊട്ടകയിലേയ്ക്കും
അവരൊന്നിച്ചു
നടത്തിയ യാത്രകളിൽ
അടുത്തടുത്തിരുന്ന് കപ്പലണ്ടി കൊറിച്ചതു
വായിച്ചുരസിച്ചു.

ഉദാത്തമായ പ്രകൃതിസ്നേഹവും
മലയാളിത്തവും

വാക്കുകളുടെ
കൃത്യമായ തെരഞ്ഞെടുപ്പും
ജനാലയിലൂടെ
പലതവണ പുറത്തുചാടുകയും
അകത്തു കയറുകയും
ചെയ്യുന്നതു കാണാമായിരുന്നു.

കവി,
ചർച്ചയിൽ പങ്കെടുക്കാതിരുന്നത്
മര്യാദയായില്ല
എന്നു കേട്ടുകൊണ്ടു പുറത്തിറങ്ങിയപ്പോൾ
ഒരുചോദ്യം വന്നെന്റെ ഉത്തരം മുട്ടിച്ചു.

കവിതയുടെ മുമ്പിൽ
കസേര വലിച്ചിട്ടിരുന്നത് ആരായിരുന്നു?

●

15

ഉടലിന്റെ രാഷ്ട്രീയം വായിക്കുമ്പോൾ

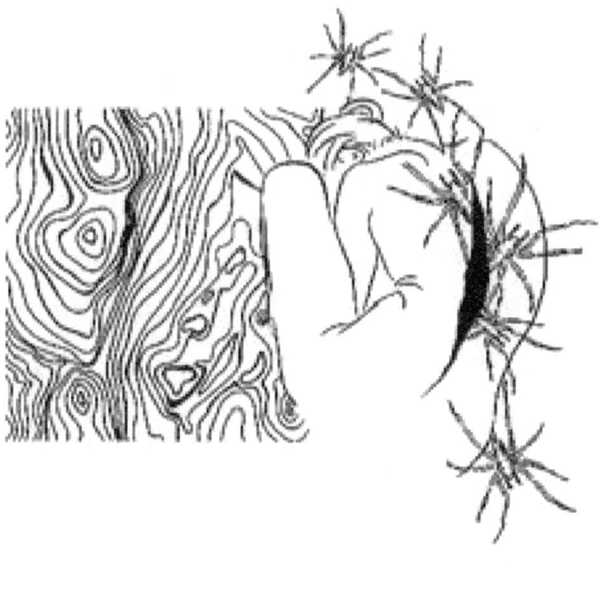

വേലിപ്പടർച്ചയിലൊരു ചുഴിഞ്ഞുനോട്ടവുമായി
അവനിരുപ്പുണ്ട്.
ഇലകൾ അടക്കം പറഞ്ഞു.
പാൽ ഞരമ്പുകൾ വലിഞ്ഞു മുറുകുന്നു.
തായ്ത്തടിയിലൊരുറവ പൊട്ടാൻ തുടങ്ങുന്നു.
ഉടലിൽ, ഉയിരിൽ
ധ്യാനലീനമൊരു മാതൃത്വം.
പഴുത്തിലകൾ അടരുന്ന ശബ്ദം.
കാറ്റ് ചില്ലകളെ ചവിട്ടി ഞെരിക്കുന്നു.
കൊക്കുകൾ കൊണ്ടു നീ
മരപ്പൊത്തിനെയുണർത്തുക
വിറങ്ങലിച്ച എന്റെ നിലവിളികൾ
നീ കേൾക്കുന്നില്ലേ?
കുതിർന്നടർന്ന, എന്റെ പൊറ്റകൾ
നീ കാണുന്നില്ലേ?
നിഗൂഢമായ ആനന്ദമേ നീ വരിക.
സമയമായി...
എന്റെ കണ്ണുകളിലെ അസ്തമനത്തിനു മുമ്പേ
ചിറകുവിരിച്ചു നീ പറന്നു വരിക.
പകലിന്റെ ചൂടിൽ
എന്റെ നിറമില്ലാത്ത പൂക്കളും
ഇലകളും ചേർന്ന്
നിനക്കൊരു മഞ്ചമൊരുക്കാം.
നിന്റെ ഗാനത്താൽ, സ്പർശത്താൽ,
എല്ലാ അതിരുകളിലേയ്ക്കും
പാഞ്ഞുകയറുന്ന മിന്നൽ പിണരുകൾ
മറയ്ക്കാൻ ശ്രമിക്കാം.
ദുസ്സഹം!
വരിക, വൈകാതെ നീ.
എനിക്കൊരു മരങ്കൊത്തിയെ പെറ്റുവളർത്തണം.

●

പ്രവാസിശബ്ദം, ജൂൺ 2018

16

ഉരുകിയെഴുന്നേൽപ്പ്

നിനക്കുഭാരമായതൊക്കെ
ഞാൻ
തിരിച്ചെടുക്കുന്നു.

ഒരുതുള്ളിമാത്രം
ബാക്കിവയ്ക്കുന്നു.

മുടിച്ചുരുളുകൾപോലുമറിയാതെ
അത്,
നിന്റെ ഉച്ചിയെ തണുപ്പിക്കും.

●

'ഇന്ന്' മാസിക, ജൂൺ 2020

17

പേരുദോഷക്കാരി

ശബ്ദകോശം മുഴുക്കെ തിരഞ്ഞിട്ടും
അവൾക്കൊത്ത
ഉശിരനൊരു പേര്
കണ്ടെത്താനാകുന്നില്ല.

ഇരുപതിൽ മകനെയും
അൻപതിലേയ്ക്കു ചാഞ്ഞ
കണവനെയുമുപേക്ഷിച്ച്
കരിമോറുകാരന്റെ മേൽ
കാമം തീർക്കാനൊരുമ്പെട്ടോൾക്കാണ്.

കൂനും
കോഴിക്കുഞ്ഞിന്റെ
ചപ്രാച്ചി മുടിക്കെട്ടും
വിളറിയ മഞ്ഞക്കോലുപോലൊരുവൾക്ക്.

കുടിവലികൾക്കിടയിൽ ചവിട്ടും
പാതിമയക്കത്തിൽ തിരികെ
ഗർഭപാത്രത്തിലേയ്ക്കു
തുഴയാനൊരുകവിൾ
പുകയൂത്തും നിത്യം.

പനി, പേടിച്ചു വിറയ്ക്കുമ്പോൾ
കരിമോറായാലെന്താ
കടുങ്കാപ്പിയായാലെന്താ
സുഖമായുറങ്ങാനെന്താ-
യെന്നതിനൊരേ മറുവാക്ക്,
'ഞാനുണ്ടൊപ്പം'
മതിയതുമതിയവൾക്കിനിയാകാശം
ഉപ്പുനീരുകിനിയാത്തൊരു പാതിരാവ്.

ഇല്ലിനിയില്ലവളിനി, ഉള്ളതിവൾ.
ജീവിക്കാൻ മടിക്കാത്തവൾ.
മരിക്കാൻ മറന്നുപോയവൾ.
എല്ലാ നാട്ടിലുമൊരേ പേര്
'അറുവാണിച്ചി...!'

●

18

പോക്കുവരവുകൾ

കർക്കടപ്പഴമ്പായ കുത്തി-
ത്തുളച്ചാരോ മഷിതേച്ചു.

നേർത്ത നൂലാൽ മായ്ക്കാമോ
നുകമിഴഞ്ഞ പാടുകൾ?

വെയിൽക്കീറാലടയ്ക്കാനായ്
പത്തുണക്കിൻ ശീലുകൾ.

നിലാപ്പക്ഷി മരപ്പൊത്തിൽ
തലനീട്ടിക്കളിക്കയായ്.

കടൽക്കാറ്റിന്നറിഞ്ഞീല,
കിളിപ്പാട്ടിന്നന്ത്യകാണ്ഡം.

നിഴൽക്കൂത്തിൽ തെളിയുന്നു
മിഴിവിളക്കിൻ നിറതിരി.

തുരുമ്പിക്കും വർഷമേഘം
പൊന്നുരുക്കാൻ തുടങ്ങുന്നു.

കരിമേഘക്കൽച്ചുമരിൽ
പിറക്കുന്നുണ്ടാദിത്യൻ .
ഇരുളിൽ ചാട്ടവാറാ-
യിഴയും വെയിൽപ്പാമ്പുകൾ.

കാലക്ഷോഭക്കവാടത്തിൽ
തല നീട്ടും തളിരുകൾ.

വയലുറക്കം കഴിഞ്ഞീല,
കളകളെത്തി പുതപ്പുമായ്.

പുഴ കടന്നിനി, ചിറകുനീർത്തി
നീ വരിക, ചിങ്ങവെയിൽക്കിളീ..

കരൾച്ചെണ്ടിലൊളിപ്പിച്ച
മൊഴിത്തേനിൻ മധുരിമ,
കടന്നെത്തും കടൽക്കാറ്റിൽ
കാലവർഷമൊഴിയവേ.

●

19
ഭയങ്കര സത്യങ്ങൾ

തെളിവുകൾ
മൂകമായിരിക്കണം.
വ്യാഖ്യാനങ്ങൾക്ക്
വേലിക്കെട്ട് പാടില്ല.

അതുകണ്ട്
ആരായാലും
തിരികെ നടന്നുപോകണം,
മുഖത്തും ആംഗ്യങ്ങളിലും
ശബ്ദത്തിലും തെന്നിവീഴണം.

കാറ്റും വെളിച്ചവും
എത്ര കിട്ടിയാലും
ഉണങ്ങിയ
പ്ലാവിലകൾക്കടിയിൽ
അപ്പോൾ, അത് ഭദ്രമായി കിടക്കും.

അവകാശസമരവും നീതിബോധവും
കൊടികളുമായി
അതിലേ കടന്നുപോകും.

ആഘോഷങ്ങൾ
സുരക്ഷിതമായിത്തന്നെ നടക്കും.
അവസരങ്ങളുടെ ആകാശത്ത്,
തൂവലുകൾ വിടർത്തി
വിശാലമായി പറന്നുനടക്കാം.

വിശ്വാസത്തിന്റെ പർവ്വതങ്ങളിലേയ്ക്ക്
പടവുകൾ പണിയാം.
തമാശകളിൽ നിറങ്ങൾ ചാലിച്ച്
പൊട്ടിച്ചിതറുന്നത് കാണുമ്പോൾ
എത്ര സന്തോഷമായിരിക്കും.
വളരെ പരിചിതം എന്നു കരുതി
നാം അതിനെ സ്വന്തം ഭാഷകളിലേയ്ക്ക്
വിവർത്തനം ചെയ്യും.
വിമോചനകാലം വരുമ്പോൾ
ജാലവിദ്യകൾ മറക്കാൻ തുടങ്ങും.

നഗ്നത മറയ്ക്കാൻ
ഇരുട്ടിനെ വിളിക്കാൻ പോലും
മറന്നുപോകും.
അജ്ഞാതമായ ഗോവണിയിലൂടെ
ഒറ്റയ്ക്കിറങ്ങുക എത്ര ദുഷ്കരമാണ്
എന്നറിയുമ്പോഴേക്കും വൈകിയിരിക്കും.

തുമ്പികൾ കല്ലുതാഴെയിട്ട്
പറക്കുന്നതു കാണേണ്ടിവരും.

മഴവില്ല് കറുത്തുപോകും.
ഭൂതം കൂട്ടിൽ കയറും.
ജീർണ്ണിച്ച
അതിവൈകാരികത വിരിച്ച
വഴിയിലൂടെ
പിറകോട്ടുമാത്രം നടക്കണം.

അടിമകളോട്
ദയാപൂർവ്വമല്ലാതെ
പെരുമാറാൻ പറ്റില്ല
സാക്ഷികളും ചാവേറുകളും
ഒളിവിൽ പോകും

മാതൃകകളിൽ
വിശ്വാസമില്ലാത്തതിനാൽ തന്നെ
കാതുകൾ പൊത്താതെ,
കണ്ണുകൾ തുറന്ന്
നിവർന്നു നടക്കുന്നത്
ഈ സ്ത്രീവേഷം തന്നെയല്ലേ എന്നോർത്ത്
ലോകം ആശ്ചര്യപ്പെടും, ഞാനും..!

●

20

ദ്വന്ദ്വം

നമ്മൾ,
ഒരേമരത്തിലെ രണ്ടുചില്ലകൾ.
കാറ്റ്, നമ്മളെ ചേർത്തുരസ്സുന്നു.
നിന്റെ ഇലകൾ എന്റെ ഇലകളുമായി
കൊമ്പുകോർക്കുന്നു.

മുടികൾ തമ്മിൽ
കൊരുത്തു കുരുങ്ങിയതുപോലെ
വേർപെടുത്താനാവാതെ
ഞാൻ ഒടിഞ്ഞു
നിന്നിൽ കുരുങ്ങിക്കിടക്കുന്നു.

ഒരു കാറ്റ്, ഒരു ശ്വാസം,
ഒരു മഴത്തുള്ളി,
ഒരു ചെറുകിളിയൊച്ച,
അത്രേ വേണ്ടൂ.

നാം തമ്മിൽ
ഇപ്പോൾ ഇത്രേയുള്ളൂ.
ഇനി...

●

21

തീവിഴുങ്ങികൾ

ഒരേ തൂവൽക്കിളികളെല്ലാം
ചിലയ്ക്കുന്നത്
ഒരുപോലെയല്ല.

ചിലമ്പിച്ചുപോയ
സ്വരങ്ങളേക്കാൾ
ചിതറിയ മൂളലുകളുടെ ആക്കമാണ്
ശരിക്കുമറിയാനാവുക.

ഒട്ടും അനുസരണയില്ലാത്ത ചിറകുകളെ
ചില്ലകളിൽ ഉപേക്ഷിക്കുന്നവരുണ്ട്.

അടയാളങ്ങൾ
ആരും കാണാതിരിക്കാനായി
മറുകിനെപ്പോലെ
ഒളിപ്പിച്ചുവയ്ക്കും.

എത്രയെത്ര കിതപ്പുകൾ
അത്രതന്നെ കുതിപ്പുകൾ
വിട്ടുപോകാനാവാതെ
കുടിപാർക്കുന്ന
കിളിപ്പേച്ചുകളുടെ ചൂരറിയാൻ
കാതൊന്നു
കൂർപ്പിക്കേണ്ടി വരും.

ചിറകുടുപ്പിന്റെ
അയവിലേയ്ക്ക്
വളർന്നുവരുന്ന സ്നേഹനിരാസങ്ങൾ.

ഉടലിനെയൂരിയെറിഞ്ഞ്
ഒറ്റവരിയിൽ
വെട്ടിക്കളയാൻ തോന്നിക്കുന്ന
പരാന്നജീവിതങ്ങൾ.

കൂടെന്ന വ്യഗ്രതയിൽ
അഴികളുടെ ബാധ്യത
ചേരുംപടിയല്ലാതെ ചേർത്തുവച്ചതാരാണ്?

അവസാന നക്ഷത്ര വിളക്കണയുമ്പോൾ
മാത്രം ഒളിപ്പിച്ചുവച്ച
കറുത്ത ചിറകുകൾ
തെളിഞ്ഞു വരുന്നതു കാണാം,
കണ്ണുകളിൽ തിളക്കവും.

●

22

അലങ്കാരപ്പാവ

സുസ്മേരം വദനം.
ജരാനരകളില്ലേയില്ല.
ഈച്ചയെ ഓടിക്കാൻപോലും
കൈയൊന്നുയർത്തില്ല.

അതിഥികളില്ലാത്തപ്പോൾ
സ്റ്റോർറൂമിൽ
പുതച്ചുമൂടി
വെറുതേയിരുന്നാൽ മാത്രംമതി.

കണ്ണുകളുടെ നിറമോ,
തൊലിയുടെ മിനുപ്പോ,
ഇന്നെന്തുടുക്കും,
തലമുടി ചായ്ച്ചോചരിച്ചോ,
എന്നതുപോലും
ചിന്തിക്കേണ്ടതില്ല.
അതിനൊക്കെ വേറെയാളുണ്ട്.

ആഘോഷങ്ങൾ എന്തുമാകട്ടെ
സാന്നിധ്യമായും
അഭിമാനമായും അലങ്കാരമായും

ഒപ്പം
അതേ, ഒപ്പം തന്നെയിരിക്കാം.
മരിക്കുംമുമ്പ്,
അണപ്പല്ലൊന്നു തെറിച്ചുപോയതും

പിണഞ്ഞുകിടന്ന
നീലസർപ്പഞരമ്പുകളും
നരച്ച മുടിയിഴകളും

അതിലേറെ, അതിലേറെ
ചുക്കിച്ചുളിഞ്ഞു
മങ്ങിപ്പിഞ്ഞിയ മനസ്സും
മറവുചെയ്ത
ആ ദിവസത്തെ പത്രം,
ഇനിയാരും
വായിക്കാനിടയില്ല.
അല്ലെങ്കിലും അതൊരു
ഫോട്ടോചേർക്കാത്ത
വെറുമൊരു
ചരമക്കുറിപ്പുമാത്രമായിരുന്നല്ലോ..!.

●

(*അകാലത്തിൽ മരണപ്പെട്ട ഭാര്യയുടെ മൺപ്രതിമയെ സാക്ഷി യാക്കി മകന്റെ വിവാഹം നടത്തി എന്ന പത്രവാർത്തയിൽ നിന്നു ണ്ടായ കവിത.)

23

ജലവേരുകൾ

മരമെന്ന് പേരുള്ളൊരാൾ
പാതയിറമ്പിൽ,
പാതിരയിരുട്ടിൽ
മഴകാത്തു നിൽക്കുന്നു.

ഒറ്റയ്ക്ക് നടന്ന്,
രാവിനെയും പകലിനെയും
കുടിച്ചുവറ്റിക്കുന്നു.

മറുതുണിയില്ലാത്തൊരു നഗ്നതയെ,
അലക്കി വെളുപ്പിക്കുന്നു.

തൊലിക്കടിയിലൂടൊരു
ജലശബ്ദം വന്നെന്റെ,
കതകിൽ മുട്ടുന്നു.

ആഴത്തിലേയ്ക്ക്
നിൻ വേരിറങ്ങുന്നു.

വെള്ളത്തിനായ്
കാക്കുന്നൊരു
മീൻ കണക്കെ ഞാൻ..

നീ
നനച്ചുപിഴിഞ്ഞിട്ടൊരുടുപ്പുപോലെ
ഞാനൊട്ടിയൊട്ടിക്കിടക്കുന്നു.

നീ കൂട്ടിവച്ച
പഞ്ഞിനാരുകൾ,

ഇളംചൂടുള്ള കൈത്തലം,
എനിക്കായൊരു മരച്ചില്ല.

ഉറക്കമില്ലാത്തൊരു
കുട്ടിയെയെന്നപോൽ
നിന്നെനോക്കി ഞാൻ
നേരം വെളുപ്പിക്കുന്നു.

നരകമല്ല സ്വർഗ്ഗമാണ് സത്യം
എന്നുപറഞ്ഞുകൊണ്ട്
ചാരെ, നീ
മുലയുണ്ടുറങ്ങുന്നു.

എത്ര വേഗത്തിലാണ്
നമ്മുടെ ലോകം
വിശാലമായത്,
എത്ര സൂക്ഷ്മമായാണൊരാൾ
മറ്റൊരാളിൽ അപ്രത്യക്ഷമാകുന്നത്!

●

24
ഒരു പെൺമോണോലോഗ്

പുലിക്കുട്ടി
ചാടിമറിഞ്ഞ്
അവളുടെ അടുത്തെത്തി.
തടവുമ്പോൾ മാത്രം
ദംഷ്ട്രകൾ നീണ്ടുനീണ്ടുവന്നു.
പുള്ളികൾ തെളിഞ്ഞു.

രാകിമിനുക്കിയപ്പോൾ
വയലിൻ തന്ത്രികൾ പോലെ ഇളകിത്തുള്ളി.
ശരിയാണ്, ഏറെ പറയാനുണ്ട്.
ആൾക്കാരെന്തു കരുതുമെന്ന സന്ദേഹം,
ഇപ്പോഴില്ല.

ഓരോ സ്പർശവുമോരോ ട്രാൻസിഷൻ.
പുഴുവിനെപ്പോലെ
നടു ഉയർത്തി
നീങ്ങിനിരങ്ങും.
കംഗാരുവിനെപ്പോലെ
മുമ്പോട്ടു ചാടും.
മാനിനെപ്പോൽ
നിന്നു തുള്ളും.

മൂളക്കം, ഞരങ്ങൽ,
നിലവിളി,ആക്രോശം,
എത്രയെത്ര
സൗണ്ട് മോഡുലേഷനുകൾ.

ചിലപ്പോൾ ബട്ടർഫ്ളൈ,
അടിവയറ്റിൽ

നഖമുനയാലൊരു ടാറ്റുവര.
ചീപ്പുകൊണ്ടു പുറംചൊറിയുമ്പോൽ സുഖം.
ട്രപ്പീസുകാരന്റെ മെയ് വഴക്കം, കൈത്തഴക്കം.
വിഷനീലയും കാളിമയും
ധവളിമയും സ്വന്തം.

ഒരൊറ്റമുറിയെ ഉത്സവപ്പറമ്പാക്കുന്ന
റിയാലിറ്റി.
പരസ്പരം എസ്കേപ്പ്ചെയ്യുന്ന രസതന്ത്രം.
ഭൂമിയിലേറ്റവും സുഖകരമായ സിംഫണി.
ഗമനം വമനം ശമനം....

രാവുതോറും
ഒരേ കാൻവാസിൽ
ഒരേ പോർട്രേറ്റ് വരയ്ക്കുകയാണ്
പലരും.

●

25

ചെന്തരുണികളെ ചുവപ്പിച്ചത്

പുലരിനടത്തത്തിൽ
കണ്ടു ഞാൻ നെടിയ
ചിറകുകൾ വീശി
നിശാശലഭങ്ങൾ പറക്കുന്നു.

അലംകൃതച്ചിറകുള്ള
വനദുർഗ്ഗകൾ, പിന്നിൽ
കാട്ടുതീ വേരുകളുടെ
ശലഭച്ചിറകടി.

മരക്കാളികളായ ചിലർ
മരത്തിൽ ചുണ്ടുചേർത്ത്
പിടിവിടാനാകാതെന്തോ,
യലസമായ് മുരളുന്നു.

ചിറകുകളൊട്ടിയൊരു
മിനിയേച്ചർ ശലഭം, തൻ
പറത്തം മറന്നിട്ടു
താഴേയ്ക്കു മടങ്ങുന്നു.

ഇലകളെണ്ണിയെണ്ണി
യുണങ്ങി നിറംകെട്ട്
ചിറകിൽ ഏഴുവർണ്ണം
പരതിക്കുഴയുന്നു.

തളിർക്കുന്നുണ്ടതിൽ പ്രാണൻ
ജ്വലിക്കുന്നുണ്ടതിൽ പ്രണയം

അഴലോടകം തിങ്ങി,
യിറങ്ങും സഞ്ചാരികൾ.

പോകുന്നൂ ശെന്തരുണി,
യവിടാണുദയം നാളെ,
പറക്കും പൂമ്പാറ്റകൾ,
മുമ്പവർ പെണ്ണാത്മാക്കൾ.
വീട്ടിലും നാട്ടിലും കിട്ടാ,
സ്വാതന്ത്ര്യച്ചിറകുകൾ
പറത്താൻ കഴിയാ ജന്മ,
മുപേക്ഷിച്ചൂ ശലഭമായ്.

ഇന്നലെ പൊന്നുകൊണ്ടു
മൂടിയ നവവധു,
ഇന്നലെ തർക്കശാസ്ത്രം
പഠിച്ചൊരു വക്കീലത്തി,
ഇന്നലെയോടി നേടി
മെഡലുകൾ മറ്റൊരുത്തി,
ഇന്നലെ ഗവേഷണ
കുതുകിയാം പെണ്ണൊരുവൾ.

ഇന്നവയെല്ലാം വിട്ടിട്ടാ-
നന്ദമാർഗ്ഗം തേടി,
പറക്കാം മതിവരെ
വട്ടത്തിൽ, നീളത്തിലും.

നിറയും മാനമുള്ളിൽ,
പുറത്തും ചിറകുകൾ
കരുത്തായ് കൂടെ നിൽപ്പൂ
*ശെന്തരുണി, നാകലോകം!

●

*ശെന്തരുണി- തിരുവനന്തപുരത്തുള്ള ശലഭോദ്യാനം

26

ഒറ്റനോട്ടത്തിൽ

ഇലയിൽ വീണൊരു
മഞ്ഞുതുള്ളിയെന്നപോൽ
ഒരുവട്ടമേ നിന്നെ ഞാൻ കണ്ടുള്ളൂ.
എന്നിട്ടും...
വെളിച്ചത്തിന്റെ മുനയേറ്റ്
നാലുപാടും ചോരവാർന്ന്
അത്യാസന്നനിലയിലായി

കാറ്റ് കടലിനോടും
കാട് ഇരുളിനോടും ചെയ്തപോലെ
ഏകാന്തതയെന്നു പേരിട്ട്
നീ,യെന്നെ ഇല്ലാത്ത ചുവരിൽ
ചില്ലിട്ടുതൂക്കി

●

27

രാഗം-അമൃതവർഷിണി

ഒറ്റയ്ക്കൊരു കുളിപോലല്ല
ഒന്നിച്ചുള്ള കുളി.

തൊപ്പി വയ്ക്കാത്തൊരു മായാജാലക്കാരന്റെ
കൈയടക്കത്തിന്റെ സ്വാതന്ത്ര്യം
പതാകയുയർത്തുന്നതപ്പോഴാണ്.

ഏഴുകുതിരകളെ എഴുപത് വേഗത്തിൽ
പായിക്കുന്ന തേരാളി
തോന്ന്യാസിയാകുന്നതുമപ്പോഴാണ്.

തുടക്കത്തിലാരോ നനഞ്ഞതൂവൽ
കുടയുന്നപോലെയേ തോന്നിയുള്ളൂ.
കുടപിടിക്കുന്ന ചെവിക്കൂർപ്പിൽ
ശ്വാസച്ചരൽ വാരിവാരിയെറിയുന്നു.
കാതിലൊന്നിച്ചൊരായിരം കുഴലൂത്ത്.
ആൺകടലിന്റെ ആവേശ
പ്രണയത്തിരപ്പേച്ചുകൾ..

ജാലകച്ചതുരം തന്ന കാഴ്ചയല്ലിതതീതം!
കുളിരുന്നു, തരിശിട്ട ലജ്ജയിലാർത്തി
പുതയ്ക്കുന്നുണ്ടാഴക്കടൽ,
പെരുക്കുന്നുമുണ്ട്.
പീലികൾ വിടർത്തുന്നു,
മീനുകൾ തുള്ളുന്നുണ്ട്.

മലയുടെമുകളിലൊരുവിറകടുപ്പിലഗ്നിയൂതി
തിളയ്ക്കുന്നു, പാൽക്കലം
തിളച്ചുതൂവുന്നു.

കാർമേഘക്കുസൃതികൾ
പൊഴിക്കുന്ന വേനൽപ്പൂക്കൾ.
കിണറ്റിലേയ്ക്കെടുത്തിട്ടതതി
ജീവനക്കാട്ടുവള്ളി.

രഹസ്യമായ് കൊത്തുന്നു,
മിഴികൾ മൊഴിമുദ്രകളുടൽത്തുരുത്തിൽ.
തുരക്കുമ്പോളൊരു മലമ്പാത.
കാട്ടുപൂവിൻ വേപഥു.

ഇളങ്കാറ്റതു നിശ്വാസക്കൊടുങ്കാറ്റായ്,
ചുരം കടത്തി.
മുനകൂർത്തൊരഹംബോധം
ഊടുവഴി ചാലുകീറി.

പുഴയ്ക്കെന്തൊരശ്വഗന്ധം.
വിരൽത്തുമ്പിലഗ്നിവർഷം.
തീക്ഷ്ണതാപക്കുളിരായാലസ്യം
പെരുമഴയ്ക്കായ് കാക്കുന്നു.
നീരുവറ്റിയ കൈത്തോട്ടിൽ
ജലശംഖുപുഷ്പം വിരിയുന്നു,
അവനൊപ്പം കുളിക്കുമ്പോൾ

●

പാഠഭേദം, ഏപ്രിൽ, 2020

28

കോർണർ കവിത

ഓരോരുത്തർ പുറത്തേയ്ക്കിറങ്ങുന്നതു കാണുമ്പോൾ
ആർത്തി പെരുക്കും.

ആ നടവഴി ഒന്നു കാണാൻ,
അമ്പലത്തൂണിൽ ചാരിയങ്ങനെയിരിക്കാൻ,
വെറുതേയെങ്കിലുമൊന്ന് മഴ നനയാൻ,
ചൂടത്ത് കാറ്റിനോട് കയർക്കാൻ,
ഒന്നും വേണ്ട
ഒന്നു വിടർന്നുകൂമ്പിയാലും മതിയായിരുന്നു.

ഒന്നിനും കഴിയാതെയീ മൂലയ്ക്ക്
എന്നു നിശ്വസിച്ചതാണ്.
നിലതെറ്റി മേശമേലേയ്ക്ക് ചാഞ്ഞു.

മരിക്കുന്നതിന്റെ തലേന്നുവരെ
ടൗണിലെ പെൻഷൻ ഭവനിലും
കോഫീഹൗസിലും പബ്ലിക്ക് ലൈബ്രറീലുമൊക്കെ
ഒപ്പം പോയിരുന്നതാണ്.

ഋതുക്കൾ മാറിമാറി വന്നാലും ബസ്സിലായാലും
ഓട്ടോറിക്ഷയിൽപ്പോലും
മറന്നുവയ്ക്കാതെ മുറുക്കെ പിടിക്കും.

കാലൻകുടയൊന്നു കൈയിലുണ്ടേൽ
ആരോ കൂട്ടിനുണ്ടെന്നൊരു
ബലമാണെന്നെപ്പോഴും പറയും.

നനയാതെയും വാടാതെയും
കൊണ്ടുനടക്കുന്നവരല്ലേ മിത്രങ്ങൾ
എന്നുചിരിക്കും.

കുതിരയിലും കമ്പിയിലുമൊക്കെ
എണ്ണയിറ്റിച്ച് ഇളവെയിലിൽ
വിടർത്തിവച്ച് മന്ദഹസിക്കും.

പഴയൊരു ഡയറിയിലെ
പേന, കടലാസ്സ് പൊന്തിച്ച്
തലനീട്ടി അടക്കംപറഞ്ഞു.

'അതൊക്കെയൊരു കാലം
ഞാനും എഴുത്തുകാരിയും
ഈ മൂലയുടെ അധികാരികളായിട്ട്
കുറേനാളായല്ലോ,
ഇവിടെ പ്രപഞ്ചത്തിലെ
എല്ലാതേജോഗോളങ്ങളും
നക്ഷത്രങ്ങളും വെളിച്ചപ്പെടാറുണ്ട്.

എല്ലാ ഋതുക്കളും ചേർന്ന്
പ്രണയവും കാമനകളും കൊണ്ട്
കവിതകളെഴുതി പൂർത്തിയാക്കിയതേയുള്ളൂ'

അതുകേട്ട് കണ്ണീർതുടച്ച്,
പിറക്കാനൊരു മൂലപോലുമില്ലാതെ
എത്രയെത്രയോ കവിതകൾ,
ഗർഭത്തിലേ ചാപിള്ളകളാകുന്നുണ്ട്,
എന്നു പിറുപിറുത്തുകൊണ്ട്,
അവൾ തന്റെ പുതിയ കവിതാസമാഹാരത്തിന്
ശീർഷകമെഴുതി.
'മൂലകവിതകൾ'

●

ഞാൻ മലയാളി ഡിസംബർ, 2020

29

മാമ്പഴച്ചാറിന്റെ ബാക്കി

കൃത്യം ഇരുപത്തിയെട്ട്
വർഷങ്ങൾക്കു മുമ്പ്
മരിച്ചുപോയൊരുവൾ
വണ്ടിയിലിരിക്കുകയാണ്.

നിശ്ശബ്ദതയെന്ന വാക്കിനെയും
കൊത്തിപ്പറക്കുന്നുണ്ടൊരു
ദേശാടനപ്പക്ഷി.

അന്ന്
വൃന്ദാവനത്തിൽ
നൃത്തമാടിക്കൊണ്ടിരിക്കേ,
അണലിയുടെ കടിയേറ്റ്
തീർന്നുപോയെന്നാണ് കരുതിയത്.
അറവുശാലയിലേയ്ക്ക്
ആട്ടിയോടിക്കപ്പെട്ട
കവിതയാണെനിക്കു നീ ശ്വാസമേ..

നിശ്ചലമായ അഴിമുഖത്തുനിന്ന്
പടയ്ക്കൊരുങ്ങിയ
എന്റെ സൈന്യം.

എന്റെ ചമയപ്പെട്ടിയിലെ
സ്വപ്നങ്ങളുടെ കലമ്പൽ.

നിറയെ കായ്ച്ചുനിൽക്കുന്ന,
ഞാവൽ കുടഞ്ഞിട്ട,
വയലറ്റ് നിറമുള്ള
വർഷകാലഋതുവിന്റെ ഉന്മാദം.

കാലവർഷമേ,
നീയാണ് സ്ത്രീയെ സൃഷ്ടിച്ചത്!
ഞാൻ ജാലകങ്ങളടച്ചു
പുതിയ കിടക്ക വിരിയിട്ടു.
വിരൽത്തുമ്പിലൂടൊരു
കവിതയെ ഗർഭംധരിച്ചു.
വണ്ടി ഓടിക്കൊണ്ടേയിരുന്നു.....

സമകാലിക മലയാളം, സെപ്റ്റംബർ, 2020

30

വനപ്രവേശം

ആ ചുവരിൽ കാണുന്നത്
ഒരു കാടാണ്.
മൂർച്ചപ്പുല്ലിന്റെ,
മീൻ പിടച്ചിലിന്റെ,
ധ്യാനക്കൊക്കിന്റെ,
നിഴൽ നാടകത്തിന്റെ,
ശ്യാമസുഗന്ധത്തിന്റെ
കടൽപ്പെരുക്കം.

ഇഴച്ചിലിനും
മൂളക്കത്തിനും
നീന്തലിനുമിടയിൽ
ആരോ എഴുതിമറന്ന കവിത

വെയിൽ വരഞ്ഞ,
സന്ധ്യ ചെമപ്പിച്ച,
നിലാവു മായ്ച്ച ചിത്രകഥ.

കൂവലിനും
മൂളക്കത്തിനും
കുറുകലിനുമൊപ്പം
ഓരിയിൽ ഒഴുകിപ്പോയ
പഴങ്കഥ.

ഇതാ, ഈ കാണുന്നതാണ്,
ചമൽക്കാരങ്ങൾ വെടിഞ്ഞ്,
ആർത്തലച്ച്,
വേവലാതിപൂണ്ട്,
പടിയിറങ്ങുന്ന കാലം.

ഒരൊറ്റ വാക്കിൽ
ഒരൊറ്റ നിറത്തിൽ
ഒരൊറ്റ നെടുവീർപ്പിൽ
ഒതുങ്ങിപ്പോയ,
ദൂരേയ്ക്കു പറന്നകന്ന
പറവച്ചിറകിന്റെ,
വെറും മാറ്റൊലി!

●

പാഠഭേദം, മാർച്ച്, 2018

31

ആട്ടക്കാരൻ

ഒറ്റയ്ക്ക് അലഞ്ഞുതിരിയുന്ന പുരുഷൻ
ചിലപ്പോൾ
മനോരോഗിയെപ്പോലെയാണ്.
പാകമാകാത്ത കുപ്പായം
എടുത്തണിയും.
കാറ്റിന്റെ ചൂളംകേട്ട് ഉന്മത്തനാകും.

നീർച്ചാലുകൾ
തട്ടിത്തെറുപ്പിച്ചു രസിക്കും.
കൂലംകുത്തിയൊഴുകുന്ന
പുഴയോട് കടലിലെത്താൻ മത്സരിക്കും.

പ്രാവിന്റെ കുറുകലുകൾ കേൾക്കാതെ
പ്രാപ്പിടിയന്മാരുമായി കൂട്ടുകൂടും.
പാലപ്പൂ വിരിയാത്തതെന്തെന്ന്
അട്ടഹസിക്കും.

കണ്ണിൽനിന്നു പറന്നുപോയ
കറുത്തപക്ഷികളുടെ കൂടുതേടി
അസ്ത്രമയക്കും.
ഇതെല്ലാംകണ്ട്
വെറും പൈങ്കിളിയെന്നു
നമ്മളവനെ പരിഹസിക്കും.

പടിപ്പുരയിലെത്തിയ കരിനാഗം
വിഷംതീണ്ടിയതറിയാതെ
ലഹരിയെന്നു ഭാവിക്കും.

നാഴികക്കുനാല്പതുവട്ടം
സോളമന്റെ സങ്കീർത്തനം വായിച്ച്
വെരുകിനെപ്പോലെ
പാഞ്ഞുനടക്കും.

മോഹങ്ങളെ
കുളിപ്പിച്ച് കണ്ണെഴുതി പൗഡറിടീച്ച്,
പഞ്ചജീരകഗുളം നൽകി,
കണ്ണാടിയുടെമുമ്പിൽ നിർത്തി,
ചാഞ്ഞുംചരിഞ്ഞും നോക്കും.

വീഞ്ഞുപച്ചവെള്ളമായി
മാറുന്നതറിയുമ്പോൾ,
പച്ചകൾ വെട്ടിമാറ്റിയ കാടുപോലെ,
ആർദ്രത വറ്റിപ്പോയ മണ്ണുപോലെ
പിഴിഞ്ഞെറിഞ്ഞ നാരങ്ങത്തൊണ്ടായ്,
ഉരുണ്ടുരുണ്ട്
പിന്നാമ്പുറത്തൊരു കിടപ്പുണ്ട്.

ഇഴഞ്ഞുപോയ പാടുകളിൽ
ദംശനക്ഷതങ്ങളിൽ
തലോടിക്കൊണ്ട്,
പുതുനാമ്പുകൾ
അടർത്തിക്കളയുന്നതിൽമാത്രം
ശ്രദ്ധിക്കും.

രണ്ടിഴമാത്രം കൂട്ടിപ്പിരിച്ച
കടുങ്കെട്ടുകൾ
അഴിയാക്കുരുക്കുകളെന്നുറപ്പിച്ച്
നാവുപുറത്തേക്കു നീട്ടിവയ്ക്കും.
കിടപ്പുകണ്ടാൽ
കാലുമടക്കിയൊരെണ്ണം കൊടുക്കാൻ
തോന്നിപ്പോകും.

സ്വയം തൂക്കിക്കൊല്ലാൻ വിധിച്ചവന്റെ
ശവത്തിനു കാവൽനിൽക്കാൻ
പഴയ പോലീസുകാരെത്തും.
പിടിയരിയളന്നുശീലിച്ചയമ്മ
നാഴിയെടുക്കാൻപോകും.
നീയുറങ്ങിയിരുന്ന മടിത്തട്ടിൽ
അവൻ ശ്വാസം കിട്ടാതെ പിടയും.

ഏറുകൊണ്ട നായ പാലംകടക്കുന്നത്
വേഗത്തിലായിരിക്കുമെന്ന്
വെറുതേതോന്നുന്നതാണ്.
സങ്കൽപ്പത്തിലെ ഏണിയിൽചവിട്ടി
ആനപ്പുറത്തു കയറിയവനെ
രക്ഷപ്പെടുത്താൻ പ്രയാസമാണ്.
പറഞ്ഞാൽമനസ്സിലാകണ്ടേ..

പുറമുണങ്ങിയാലും അകമുണങ്ങില്ല
എന്ന് പിറുപിറുക്കും.
നീ മരിച്ചശേഷവും
ചാപിള്ളയെ ഗർഭത്തിൽ ചുമക്കാനാണല്ലോ
അവന്റെ വിധി!
നിന്റെ കുഞ്ഞിന്റെ അച്ഛനാകാൻ
ഇതിൽകൂടുതൽ ഞാൻ
എന്തുചെയ്യാനാണു പെണ്ണേയെന്നവൻ
ഉറക്കത്തിൽ കരയും...

●

ശാന്തം, ഏപ്രിൽ 19

32

പൊട്ടിത്തങ്കമ്മ

ഒച്ചകൾ മരിച്ചുപോയ ഒരുവൾക്ക്
വാക്കില്ലാതെ
ജീവിക്കാൻ എളുപ്പമാണ്.

ഒന്നുമില്ലായ്മയുടെ എതിരൊച്ച
അറിയുകയേ വേണ്ട.

കണ്ണിലെ ആകാശത്തിൽ
ആരോടും അനിഷ്ടമില്ലാതെ
ഗ്രാമ,നഗര വ്യത്യാസമറിയാതെ
അപകടപ്പെടാതെ തന്നെ,
റോഡുകൾ മുറിച്ചുകടക്കും.

കണ്ണാടിയിൽ അകംപുറം നോക്കി
ഭ്രമങ്ങളെ അടക്കിശീലിക്കും.

അലറിവിളിച്ച് കരയാനോ
പൊട്ടിയൊഴുകാനോ കൂട്ടാക്കാതെ
ഉടലിനെ പലതായ് പകുത്ത്,
തല തെറിച്ചുപോകാതെ,

കാൽ വേച്ചുപോകാതെ
വരച്ചുവയ്ക്കും.

ആകാശവാണിയെ
ആത്മഭാഷണങ്ങളാൽ പിടിച്ചുനിർത്തും.

വ്യഥകളെയെല്ലാം
ഉടൽകൊണ്ടു പരിഭാഷപ്പെടുത്തും.

തൊണ്ടയിൽ കുരുങ്ങിപ്പോകുന്ന
ചോദ്യങ്ങളെ
കോർത്തെടുത്ത് രസിക്കും.

എതിരൊച്ചകൾ
അലോസരപ്പെടുത്താനില്ലാത്തതറിഞ്ഞ്,
നിലവിളിയുടെ കുളത്തിൽ
ഭാഷയെ മുക്കിക്കൊല്ലും.

കല്ലായിരിക്കുമ്പോൾ
കാണുന്നതെല്ലാം
കൂർത്തതായും
പരുക്കനായും മാത്രം വായിക്കും.

ഘടികാരസൂചികളെ
മണിക്കൂറെന്നോ നിമിഷമെന്നോ
പഠിപ്പിക്കാൻ ശ്രമിക്കാതെ
സമയത്തെത്തന്നെ റദ്ദാക്കും.

ചെവിക്കുള്ളിലും തൊണ്ടയ്ക്കുള്ളിലും
പ്യൂപ്പയ്ക്കുള്ളിൽ കഴിയുന്ന
ശലഭങ്ങളെയെല്ലാം
കൈവിരലിലൂടെ പറത്തിവിടാൻ ശ്രമിക്കും.
ചിലപൂക്കൾ മാത്രം അതുകണ്ട്,
വാപൊത്തി നിൽക്കുന്ന

നിശ്ശബ്ദതയോട് ഉറക്കെയുറക്കെ
പൊട്ടിച്ചിരിക്കുമ്പോൾ,
ജനലുകൾ, വാതിലുകൾ എല്ലാം
മലർക്കെ തുറക്കപ്പെടും.

മുറ്റത്തൊരുറവ പൊട്ടിയശബ്ദം,
കാതുകളിൽ വന്നുതൊടും.

ഉള്ളിൽ,
വർണമത്സ്യങ്ങൾ നീന്താൻ തുടങ്ങും.
കടലിലേയ്ക്കൊരു തിര,
ശബ്ദസന്ദേശമയയ്ക്കും.

●

33

അപരം

നേർത്തുനേർത്ത
കാലൊച്ചകളിൽ
കരുണയുടെ
സംഗീതമാസ്വദിക്കാം.

ഒന്നിനെ
ചേർത്തുനിർത്തുമ്പോൾ
മയിൽപ്പീലി
പൊതിയുന്നതറിയാം.

ചെവിയിൽ
ചുണ്ടുചേർക്കുമ്പോൾ
തന്നോടെന്നപോലെ
മന്ത്രിക്കുന്നതുകേൾക്കാം.

കൈകാൽ ചലനങ്ങളിൽ
ചിറകുകുടഞ്ഞ് തണുപ്പിക്കുന്നതറിയാം.
ഞാൻ പൂവും
നീ മഞ്ഞുതുള്ളിയുമെന്ന്
കാറ്റ് മലകളോടും
കിളികൾ കാടിനോടും
പരവേശപ്പെടും
അതുകേട്ട്
ഞാൻ വാടിക്കുഴയുമ്പോൾ
നീ സൂര്യനെപ്പോലെ
ചിരിച്ചുചിരിച്ച് മറയും.

●

34

പൊള്ള

ഒരു വൈകുന്നേരത്ത്
പൂക്കാലത്തിന്റെ കാലൊച്ച.
കാതോർത്തു..
കതിർപൊട്ടുന്ന
തളിരില ശബ്ദങ്ങൾ.

ഉറഞ്ഞു നിൽക്കുന്ന
പ്രകാശരശ്മികൾ
ഉറക്കെ കരയുന്ന കറുത്തയാകാശം.

ഒളിച്ചോടി വന്നവൾ
ശീതളാലിംഗനം.
കരിമ്പടം മൂടിയ
കടലിന്റെ നിർവൃതി,

അകലെ മലകളിൽ ചോരപ്പകർച്ച
മുട്ടിവിളിക്കുന്നൊരു വെയിൽക്കിളി.
പിഴിഞ്ഞുവിരിക്കട്ടെ പാതിമയക്കം.

നൂൽബന്ധമറുത്തവൾ,
ചെവിയിൽ പഴി,പിഴച്ചവൾ.
പാതാളതാളം മുറുകുന്നു പകലിലും,
പരിമിതം സ്പർശവും നോട്ടവും.
പൊട്ടിയ വാക്കിന്റെ
വക്കിൽ തിരയുന്നു
വെളുത്ത പൂവിലെ തേൻ രുചി.

ആരുമില്ലവിടെയിന്നാരുമില്ലെന്നൊരു
വ്യസനമന്ത്രപ്രതിസ്വരം കേട്ടതോ?

എവിടെ നിൻ
പരപ്പേറിയ സ്വർഗ്ഗരാജ്യം,
പ്രേമപ്പരവതാനി, കരിനീലപ്പൂക്കൾ?

ഇറ്റിറ്റുവീഴുന്നതു രാപകലുകൾ,
കടക്കാത്ത കടൽ,
പോകാത്തയുല്ലാസയാത്രകൾ
എഴുതാൻ കഴിയാത്ത കവിതകൾ.

ഇന്നലെയല്ലിന്ന്, ഞാനറിഞ്ഞു.
ദീനദീനമാം നോവിന്റെ
യുമിത്തീനാമ്പുകൾ,
പടുമുളച്ചോദ്യങ്ങളുത്തരമില്ലാതെരിയുന്നു,
ചാരമായ്, കൊടുംവിഷാദമായ്,
വിഷമായ്.

വിറയ്ക്കുന്ന പ്രേമം?
പൂത്തുലയുന്ന കാമം?
ചിറകു വിടർത്താൻ
വെമ്പുമെന്നുൾക്കുളിർ നിലാവ്?
ചെകിടിൽ പതിച്ചൊരു കൈത്തലം.

പഴിയ്ക്കുന്നു
ഞാനെന്നെ മാത്രം.
ജീർണജഡത്തിന്റെ
ദുർഗന്ധഭൂമിയിൽ നിന്നൊരു
കൊച്ചു ജീവൻ
തുടിക്കുന്നതു കേൾക്കുന്നു.
വൃദ്ധമൗനത്തെ
ചിതയിൽ വയ്ക്കട്ടെ ഞാൻ.

●

35

അച്ഛനുറക്കമായി

ഇന്നിവിടെ, പൂമുഖപ്പടിമേലിരിക്കുന്നെൻ
പിന്നിലായന്തി, വിളക്കുകൾ തൂക്കുന്നു.
തെക്കേപ്പുറത്തതാ
മാവിൻ ചുവട്ടിലെന്നച്ഛന്റെയാത്മാവു
കുടിയിരിക്കും മണ്ണ്.

തിനനാമ്പുകൾക്കിടെ
യെള്ളിൻ കുരുന്നുകൾ,
പുളിയുറുമ്പിൻ കൂടു
തട്ടിപ്പൊഴിഞ്ഞപോൽ.
സന്ധ്യയെൻ കണ്ണിൽ
പതിച്ച ചെഞ്ചായമെന്ന
ശ്രുക്കളിൽ തട്ടിചിതറിയീമണ്ണിലും

സംവത്സരങ്ങളായ്
ഞാൻ പിച്ചവച്ചതും
വിദ്യാലയത്തിലേയ്ക്കമ്മയയച്ചതും,
യൗവനത്തിൽപ്രണയ
പുഷ്പമണിഞ്ഞതു,
മീമരച്ചുവരിലാ നാമം പതിച്ചതും
തെളിയുന്നു
കണ്ണുനീരൊഴുകീടുമ്പോൾ.
മച്ചിലെന്നച്ഛന്റെ പാദസ്വനങ്ങളും
കേൾപ്പതുണ്ടിപ്പോഴും
നാമജപങ്ങളും,
ഓർക്കുന്നു അച്ഛന്റെ
രാമായണ ശ്രുതി.

പഴയൊരുനാലുകെട്ടി
ന്നിതനാഥമായ്.
ചാരുകസേരയുമിന്നിതാ ശൂന്യമായ്.

ഇരവിലും പകലിലും
പാർപ്പിനെത്തിയിരു
ളോരോ പ്രഭാതവും
പടിവരെ മാത്രമായ്.
വരവില്ലതിനുള്ളിലാളുമനക്കവും,
വരവായൊരന്തിയും
ദീപം തെളിച്ചില്ല.
കണ്ണിമകൾ പൂട്ടി
തുറക്കുമ്പൊഴൊക്കെയും,
മുന്നിലായച്ഛന്റെ
രൂപം തെളിയുന്നു.
ഞാനെന്റെബാല്യത്തെ
തിരികെവിളിക്കട്ടെ
മടിശീലകെട്ടിയിതെ
ങ്ങോട്ടുപോയതാണെത്രനാളാകുമാ
സവിധത്തിലെത്തുവാൻ

●

36

സ്വാതന്ത്ര്യരാജ്യം

മുമ്പെങ്ങോ പറഞ്ഞു കേട്ടിരുന്നു
വെയിലുകൊള്ളാതെ
കറുത്തൊരാൾ വന്ന്
ഭൂമിയെ രണ്ടായ്പകുക്കാനാവശ്യപ്പെടുമെന്ന്.

മുറിഞ്ഞടർന്നയുന്മാദങ്ങളേയും
ബാക്കിവച്ച വറ്റുകളേയും
ക്ലാവുപിടിച്ച രാത്രികൾക്കു
നൽകിക്കൊണ്ട്
മാടിയൊതുക്കാത്ത
മുടിക്കെട്ടുമായൊരുവൾ
അങ്ങേപ്പാതിയിലയാൾക്ക്
കൂടൊരുക്കുമെന്ന്.

പിന്നീടൊരു വസന്തവും
ആ വഴി കണ്ടിട്ടില്ല
ഒരു മഴ പോലും വന്നുമിണ്ടിയുമില്ല.
ഭരിക്കുന്നവന്റെ
കസേരക്കാലുകൾക്കിടയിലായി രാജ്യം.

ജനലിൽക്കൂടി നോക്കിനോക്കി
ക്രൗര്യം നിറച്ച കണ്ണുകൾ കൊണ്ട്
പ്രജകളെ കൊന്നു തീർക്കുന്നു.

മറ്റേപ്പാതിയിലൊരു മൂങ്ങ
കഴുത്തുതിരിച്ച്
ചുറ്റോടുചുറ്റും മൂളുന്നു.

പാടാൻ തോന്നി, പാടിയപ്പോൾ
തലവെട്ടിമാറ്റി.

ഉഴുതു മറിച്ച വയലുകളൊന്നായി
കൂലി ചോദിക്കാനെത്തിയപ്പോൾ
ഇരുട്ടിനോട് കമ്പളം ചോദിച്ചത്
ഒളിച്ചിരിക്കാനാണ്.

പെയ്ത മഴകളെയെല്ലാം
കൈത്തലമുയർത്തിക്കാട്ടി
തിരികെ വിളിച്ചു.
നാടുമുഴുക്കെ അമ്പലപ്രാക്കൾ
മുട്ടയിട്ടു പെരുകി.

കാക്കകളുടെയും
കുയിലുകളുടെയും മാത്രം
കണക്കെടുപ്പു തുടങ്ങി.

മുടന്തന്മാർ ഊന്നുവടികൾ
ഹാജരാക്കാൻ ഉത്തരവായി.
ഇതൊന്നുമല്ല ഇവിടത്തെ കാര്യം
ഭാഷയറിയാത്ത എന്റെ പൂച്ചകൾ
മടങ്ങിയെത്തുമ്പോൾ
മ്യാവൂ എന്ന കരച്ചിലിനെ
എന്റെ വീട് എന്ന് പരിഭാഷപ്പെടുത്താൻ
ഞാനിവിടെയില്ലാതെ പറ്റുമോ
എന്നു ചോദിക്കുന്നവരുടെ എണ്ണം
രാജ്യത്തിന്റെ അതിർത്തികൾ
കടന്നും വളരുകയാണ്.
രാജ്യത്തോടൊപ്പം വളരുകയാണ്

37

കാടകം

കാട് പൂത്തുവിളിച്ചതാണെന്നെ.
ചുരം തുരന്ന്,
പടർപ്പൊന്ത കടന്ന്,
പുഴ ഇഴഞ്ഞ വഴിയിലൂടെ,
ആൺമരത്തണലിലൂടെ
പട്ടുപോകുന്ന വേരുകൾ മാന്തി,
നിഗൂഢതകളിലേയ്ക്കു ചിതറിക്കിടക്കുന്ന
എല്ലിൻകൂടുകൾ സാക്ഷിയാക്കി,
തൊലിയിൽപറ്റിയ
രക്തമാംസങ്ങൾ തുടച്ചുമാറ്റി,
ഋതുക്കളുടെ സംഗീതം തേടി,
നീലസർപ്പമുടിയിഴകൾ പറത്തിയൊരു
കാർമേഘക്കാട് താണ്ടി,
വെളിച്ചത്തിന്റെ കടൽ വഴി,
അരൂപിയായ കാറ്റിനോടൊപ്പം,
നഗ്നതടാകങ്ങളിൽ മുങ്ങി നിവർന്ന്,
ജീവരഹസ്യം തേടി.
കാനനമേ,
നിന്റെ കരിങ്കറുപ്പിൽ മയങ്ങി,
ആസുരഗന്ധത്തിൽ
മുഗ്ദ്ധയായി ഞാൻ തിരികെ മടങ്ങുന്നു.
എന്തിനാണെന്നിൽ തീ പടർത്തിയത്,
എന്റെ തൃഷ്ണകൾ വാടിക്കൊഴിച്ചത്?
കാൽമുട്ടുകൾപൊട്ടി രക്തമിറ്റുന്നു.
പ്രവാചകർ മറന്നിട്ടുപോയ പാട്ടുകേൾക്കുന്നു,
നീ നിന്നിലേയ്ക്കു മടങ്ങൂ..
എന്നിട്ടും കാട് കത്തിക്കയറുന്നു.
നിസ്സഹായയായ് നിശബ്ദയായ്,
ഒറ്റയായ് തിരികെ.

●

38

പോക്കുവെയിൽ

നിറമാണ്, പ്രഭയാണ്
പൂവിന്റെ,പൊന്നിന്റെ.
പോകാൻ തിടുക്കമായ്.

ചെമ്പകപ്പൂവിതൾപോലെ
സുഗന്ധിയാം കാട്ടിലും
നീലിച്ച കടലിന്റെയുടലിലും
തൊട്ടതിൽപ്പിന്നെയെന്തുത്സവം!

സ്വർണ്ണപ്രഭാപൂരം.
മണ്ണിൽ കലരുന്ന തുള്ളികൾ.
ഹേമന്തചന്ദ്രന്റെതുണ്ടുകൾ.

പോകാതെപറ്റില്ല
നോവാണു കരളിലും.
കാണാതെയാവുകിൽ.

കണ്ണിൽ ഘനശ്യാമമിരുളിന്റെയാഗമം
നിശയുടെ താണ്ഡവം.

●

39

അമ്മയായ്

അക്ഷരങ്ങളെ ചിറകുകളാക്കി
അക്കങ്ങളെ ദിഗന്തങ്ങളാക്കി
ഏതോ ഭാഷയിൽ
പറക്കുന്നൊരാൾ
അമ്മയെ തേടി നടക്കുകയാണ്.
ഒരൊറ്റ വാതിലും തുറക്കാനാവാതെ
കൊട്ടിയടച്ച നിലവറകൾ.

ഉണർവിന്റെ നേരങ്ങളിൽ
തിരികെ നടക്കും,
അമ്മയുടെ മടിത്തട്ടിൽ
തല ചായ്ച്ചുറങ്ങാതെ...

ചില നേരങ്ങളിൽ,
ചുരത്തുന്ന മുല തേടി,
ശിരസ്സിൽ വിരലോടിക്കും.

മങ്ങിയ മുഖക്കണ്ണാടിയിൽ
നോക്കി പരിതപിക്കും.
ഇടയ്ക്ക്, ഈ ചില്ലുവാതിലോളം വന്ന്,
തന്നിലേയ്ക്കു തന്നെ കുതിക്കും.

വെയിൽ താഴുമ്പോൾ
പകലിനോടും
ഉറക്കത്തിൽ
കിനാവിനോടും മുഷിയും.

ഒടുവിലൊരു
ഊന്നുവടികുത്തിയുയർന്ന്
മൂരി നിവർന്ന്
എന്നിലേയ്ക്കു തെന്നിവീണ്
സ്നാനപ്പെടും.

എന്റെ മഞ്ഞു വിരലുകൾ തൊട്ട്
കുഞ്ഞുമുടിയിഴകൾ വിടർത്തുമ്പോൾ
വാവിട്ടു നിലവിളിക്കും
എനിക്കു നോവുന്നമ്മേ.

●

40

വേഗം

തൂവലുകളൊക്കെ
മാടിയൊതുക്കി,
ഞാൻ കാത്തുനിന്നു.
നിന്റെ ആലിംഗനത്താൽ
സ്വയം മറന്നു ഞാൻ.

എല്ലുകൾ നുറുങ്ങി
ഒരു തൂവൽ പോലും ഉടയാതെ
ഒരു തുള്ളിച്ചോര പൊടിയാതെ
അത്രകൃത്യമായിരുന്നു
ഒടുവിൽവരെ നിന്റെ സ്നേഹം.

●

41
പനയോല മറ

മുറികൂട്ടിയെന്നെന്നെ
വിളിച്ച നാളുകൾ.
വഴികാട്ടിയെന്നു
സ്വയം ഞെളിഞ്ഞ രാവുകൾ.
മലർ പെയ്ത രാത്രികൾ
ചിലർ മന്ദഗാത്രികൾ.

പിറകോട്ടു നോക്കി,
പടിക്കലെന്റെ,
പനയോലപ്പടർപ്പു
പതുക്കെ മാറ്റി നീ,
വരികയില്ലിനി
എന്ന ചിന്തയോ.
തരുമോ എന്നെ, മടക്കി,
നേർ മുഴുവനായ്?

●

42
നിശ്ശബ്ദം

അവൾ കവിത വായിക്കാൻ തുടങ്ങി.

പതിമൂന്നാമത്തെ വയസ്സിൽ വായിച്ച
ശരീരലക്ഷണശാസ്ത്ര പ്രകാരം
കവിതയെഴുതുന്നവളുടെ വിരലുകൾ
നീണ്ടുമെലിഞ്ഞതായിരിക്കും.
കുറുകിയ വിരലുകളുടെ മുരടിപ്പു മാറ്റാൻ
നഖം നീട്ടി നെയിൽ പോളീഷിട്ടു.

ഇന്നേതു കളർ നെയിൽ പോളീഷാ
ഇട്ടിരിക്കുന്നത് എന്നു ഫോണിൽ
ചോദിക്കാറുള്ള ചെറുപ്പക്കാരനെ ഓർത്തു.

മൂക്കുപതിഞ്ഞവൾ
കുലടയായിരിക്കണമെന്നാണെങ്കിലും
ഒരേയൊരു ഭർത്താവിനെ പേടിച്ച്
കുലടയാകാൻ
അവൾ ശ്രമിച്ചതുമില്ല.

നീണ്ടു കൊലുന്നനേയുള്ള
വിരലുകളെ സ്വപ്നങ്ങളിൽ
താലോലിച്ചിരുന്നപ്പോഴൊക്കെ
ഓടി വന്ന കവിതകളെല്ലാം
താഴോട്ടിറ്റുവീണു ചിതറി.

വളരാത്ത പുരികക്കൊടികൾ
കലാപകാരികളുടെ ലക്ഷണമായതിനാൽ
ഏതിനുമെന്തിനും
ക്ഷമ ചോദിച്ചു വിനീതയായി.

കവിതയിൽ പണിയെടുക്കുന്നവരുടെ
കൺപോളകൾ ചീർത്തിരിക്കുമെന്നതും
സ്വരമടഞ്ഞിരിക്കുമെന്നും കണ്ടുപിടിച്ചു.

കവിയരങ്ങുകളിൽ
കടം വാങ്ങിയ ശബ്ദത്തിലാണവർ
ചിലയ്ക്കുന്നതെന്നും
കിളികൾ ചേക്കേറുന്ന പോലെ
അവ പെട്ടെന്നുതന്നെ
തിരികെ പോകുമെന്നും പറഞ്ഞുകേട്ടപ്പോൾ
ആശ്വാസം തോന്നി.
എന്നാലും
എല്ലാ നാട്ടിലെയും പോലെ കിളികളായി
പറന്നുനടന്ന് കവികളായി വാഴുന്നവർ
ഉറക്കെ ചൊല്ലാത്തവരെ
ശബ്ദമില്ലാത്ത, കനമില്ലാത്ത
കവിതയെന്നും പരിഹസിച്ചു
മാറ്റിനിർത്തുമ്പോൾ പ്രയാസം തോന്നരുത്.
ആഴത്തിലേയ്ക്കു പരന്നിഴഞ്ഞു പടർന്ന്
പ്രപഞ്ചത്തെ ഞെരുക്കുന്ന അതിന്റെ
വേരുകളെ നോക്കി
പുസ്തകം
അടച്ചുവച്ചപ്പോൾ അടക്കാനാവാത്തൊരു
കനിവിന്റെ താളം
ഉള്ളിൽ നിന്ന്
രണ്ടു പുഴകളായി ഒഴുകിയിറങ്ങാൻ
തുടങ്ങിയിരുന്നു..

●

43

സൂര്യാഘാതം

കല്ലിനാലോളം ചിതറിയന്നുള്ളിലാ,
രാമന്റെ ബാണമതേറ്റു പുളഞ്ഞുവോ?
കരിവീരൻ, സഹ്യന്റെ മാറിലൂടങ്ങിങ്ങു,
വെറിപൂണ്ടപോലുള്ളസഹ്യമായി

കാറ്റുവീശീലൊട്ടു,
മഴചാറീലെന്നാലു,
മെത്രമേൽപൂമരം
ചാഞ്ഞുനിന്നു.

കാലുകടഞ്ഞുപോയ്
നാളെണ്ണി, പദമെണ്ണി,
വാർതിങ്കളീവഴി വന്നതില്ലിത്രനാൾ

നോട്ടങ്ങൾനീട്ടി,
പരസ്പരം തൊട്ടുപോയ്,
തോഴിതൻ പരിഹാസ,
മധരമോ വക്രമായ്.

മഞ്ഞുപോൽശീത,
മമൃതുപോൽശുദ്ധം,
സിരകളിൽ ജീവിതരസലഹരി.

മാദകസ്പർശത്തിൽ
രാമന്റെ ദുർബലദേഹ
മിടറാതെ കാത്തൂ,മുനി.

’അന്ധകാരാന്തക
വംശത്തിൻ ശത്രുവിത്,
സന്ധ്യപോൽ സുന്ദരി താടക,യോർക്ക നീ.

ക്ലാവുപിടിച്ചൊരാ വംശ വിവേചന,
വിഷനാവുകൊണ്ടു പുളഞ്ഞുപോയ്,
ഖിന്നയായ്.

വംശവും പ്രണയവും കൊമ്പുകോർക്കേ,
മുമ്പിൽ വിശ്വാസദുർഗ്ഗം
വേരറ്റുവീഴുന്നു.

കളവായി, കരുനീക്കി കളിയിൽജയിക്കുന്നു
വിടനായ്ക്കൾ,
മുനി മൊഴിമന്ത്രണങ്ങൾ.

ഗഗനകൂടാരച്ചോട്ടിലീ വാഴ്വിലെ,
സൂര്യസാമ്രാജ്യക്കൊടിപറത്തൂ..

ദ്രാവിഡഗാത്രയാമസ്പൃശ്യനാരിയെ
പ്രണയിച്ചതു വെറും പുരുഷനാം
നീ, രാമൻ.

പരിഷ്കൃതലോകത്തിൻ, രക്ഷകരാര്യന്മാർ,
ഭക്ഷണം ദ്രാവിഡരക്തമാംസം.

ഇനിയൊരുജന്മമുണ്ടെങ്കിലെനിക്കിതേ,
താടകയായ് രാമസവിധത്തിലെത്തണം.
അന്നെൻ കിനാവിനെ തൊട്ടിലാട്ടും,
പാടും മനം, ചോര,യതെല്ലാമൊരൊറ്റ ജാതി

ആര്യാധിനിവേശത്തിൻ രക്തസാക്ഷി,
രാമന്റെയാദ്യാനുരാഗിണി, താടകാരൂപിണി!

●

www.ingramcontent.com/pod-product-compliance
Lightning Source LLC
LaVergne TN
LVHW040821051026
849519LV00007BA/2699
* 9 7 8 9 3 9 0 9 9 9 5 3 8 *